ಸದಾಶಿವ ಸೊರಟೂರು

ಸದಾಶಿವ ಸೊರಟೂರು ಇವರು ಮೂಲತಃ ದಾವಣಗೆರೆ ಜಿಲ್ಲೆ ಹೊನ್ನಾಳಿ ತಾಲೂಕಿನ ಸೊರಟೂರಿನವರು. ಸಧ್ಯ ಹೊನ್ನಾಳಿ ನಗರದಲ್ಲಿ ವಾಸ. ಪ್ರೌಢಶಾಲಾ ಶಿಕ್ಷಕರಾಗಿರುವ ಇವರು ಹರಿಹರ ತಾಲೂಕಿನ ಮಲೇಬೆನ್ನೂರು ಸರ್ಕಾರಿ ಪದವಿ ಪೂರ್ವ ಕಾಲೇಜಿನಲ್ಲಿ ಕರ್ತವ್ಯದಲ್ಲಿದ್ದಾರೆ.

ಸುಮಾರು ಸಾವಿರಕ್ಕೂ ಹೆಚ್ಚು ಲೇಖನಗಳನ್ನು ಬರೆದಿರುವ ಇವರು ಪರಿಸರ ಪ್ರಜ್ಞೆ, ಸಾಮಾಜಿಕ ಕಾಳಜಿ ಮತ್ತು ಮನುಷ್ಯ ಸಂಬಂಧಗಳ ಬಗ್ಗೆ ಬೆಳಕು ಚೆಲ್ಲುವ ವಿಷಯಗಳ ಕಡೆ ಲೇಖನಿ ಓಡಿಸಿದ್ದಾರೆ. ಬರೆದ ಯಾವುದೊ ಒಂದು ಸಾಲು ಓದುವ ಯಾರದೊ ಎದೆಯೊಳಗೆ ಅರಿವಿನ ಒಂದಾದರೂ ಕಿಡಿ ಹೊತ್ತಿಸಲಿ ಎಂದು ಕಾದಿದ್ದಾರೆ.

ಕಥೆ ಇವರ ಇಷ್ಟದ ಪ್ರಕಾರವಾದರೂ ಕವಿತೆ ಅವರಿಗೆ ಆಪ್ತ. ಲೇಖನಗಳನ್ನು ಸಮಾಜದ ಅರಿವಿಗಾಗಿ ಬಳಸುತ್ತಾರೆ. 'ಆ ಹಾದಿ' ಎಂಬ ಪುಸ್ತಕ ಒಂದು ರಸ್ತೆಯ ಬಗ್ಗೆ ಬರೆದ ಕಥಾನಕ. ನೀಲಿ ಚಿಟ್ಟೆ ಮಕ್ಕಳಿಗಾಗಿ ಬರೆದ ಕಥಾಸಂಕಲನ. ಲೈಫ್ನಲ್ಲಿ ಏನಿದೆ ಸರ್?, ಷರತ್ತುಗಳು ಅನ್ವಯಿಸುತ್ತವೆ, ಕನಸುಗಳಿವೆ ಕೊಳ್ಳುವವರಿಲ್ಲ ಇವು ಇವರ ಲೇಖನಗಳ ಸಂಗ್ರಹವಿರುವ ಪುಸ್ತಕಗಳು. ದೇವರೆ ಅವಳು ಸಿಗದಿರಲಿ ಇದು ಪ್ರೇಮಪತ್ರಗಳ ಹೊತ್ತಿಗೆ. ಅರ್ಧ ಬಿಸಿಲು ಅರ್ಧ ಮಳೆ ಇದು ಇವರ ಮೊದಲ ಕಥಾಸಂಕಲನ. ಬಸ್ಸಿನಲ್ಲಿ ಬರೆದ 'ಕಂಡಕ್ಟರ್ ಕವಿತೆಗಳು' ಎಂಬುದು ಇತ್ತೀಚಿಗೆ ಬಂದ ಇವರ ಹೊಸ ಪುಸ್ತಕ.

ಈಗ ನಿಮ್ಮ ಕೈಯಲ್ಲಿರುವ 'ಗಾಯಗೊಂಡ ಸಾಲುಗಳು' ಇದು ಎರಡನೇ ಕವನ ಸಂಕಲನ. ಇದಕ್ಕೆ ಹಸ್ತಪ್ರತಿಗೆ ಕೊಡಮಾಡುವ 'ಕವಿ ಗವಿಸಿದ್ಧ ಎನ್ ಬಳ್ಳಾರಿ ಕಾವ್ಯ ಪ್ರಶಸ್ತಿ ೨೦೨೩ ನೇ ಸಾಲಿಗೆ ಇವರಿಗೆ ಲಭಿಸಿದೆ. ಇವರ ಪ್ರಥಮ ಕವನ ಸಂಕಲನ 'ಅಪ್ಪನ ವ್ಹೀಲ್ ಚೇರ್ ಮಾರಾಟಕ್ಕಿದೆ' ಇದು ೨೦೨೧ ನೇ ಸಾಲಿನ ಹರಿಹರಶ್ರೀ ಪುರಸ್ಕಾರಕ್ಕೆ ಪಾತ್ರವಾಗಿದೆ.

ಅನೇಕ ಕಥಾಸ್ಪರ್ಧೆಗಳಲ್ಲಿ, ಕವನ ಸ್ಪರ್ಧೆಗಳಲ್ಲಿ ಬಹುಮಾನ ಬಂದಿದೆ. ಉತ್ತಮ ಶಿಕ್ಷಕ ಎಂಬ ಪುರಸ್ಕಾರಕ್ಕೂ ಪಾತ್ರರಾಗಿದ್ದಾರೆ. ಅನೇಕ ಪತ್ರಿಕೆಗಳಲ್ಲಿ ಅಂಕಣ ಬರೆದಿದ್ದಾರೆ. ಸಧ್ಯ 'ಅವಧಿ' ಅನ್ನುವ ಆನ್ಲೈನ್ ಸಾಹಿತ್ಯ ಪತ್ರಿಕೆಯಲ್ಲಿ ಕತೆಕಿಟಕಿ ಎಂಬ ಅಂಕಣದಲ್ಲಿ ವಾರಕ್ಕೊಂದು ಕಥೆ ಬರೆಯುತ್ತಿದ್ದಾರೆ. ಇವರ ಕಥೆಯೊಂದು ಮಂಗಳೂರು ವಿಶ್ವವಿದ್ಯಾನಿಲಯದಲ್ಲಿ ಪದವಿ ತರಗತಿಗೆ ಪಠ್ಯವಾಗಿದೆ.

AF758502

ಕವಿ ಗವಿಸಿದ್ಧ ಎನ್. ಬಳ್ಳಾರಿ ಕಾವ್ಯ ಪ್ರಶಸ್ತಿ–2023 ವಿಜೇತ ಕೃತಿ

ಸದಾಶಿವ ಸೊರಟೂರು

ಗಾಳಿಹೊಂತ ನಾಯಿಗಳು

ಕವಿತೆಗಳು

ವೀರಲೋಕ

ವೀರಲೋಕ ಬುಕ್ಸ್ ಪ್ರೈ.ಲಿ.
207, 2ನೇ ಮಹಡಿ, 3ನೇ ಮೇನ್, ಚಾಮರಾಜಪೇಟೆ
ಬೆಂಗಳೂರು–560018. ಮೊಬೈಲ್: 70221 22121
ಇಮೇಲ್: veeralokabooks@gmail.com
ವೆಬ್‌ಸೈಟ್: www.veeralokabooks.com

GAYAGONDA SALUGALU
is a collection a confluence of emotions written by
Sadashiva Soraturu, Honnali

Published by:
VEERALOKA BOOKS PVT. LTD.
207, 2nd Floor, 3rd Main
Chamarajpet, Bengaluru-560018

Mobile : +91 7022122121
E-mail : veeralokabooks@gmail.com
Website: www.veeralokabooks.com

Price : Rs. 110/-
Pages : 92
First Impression : 2023

Paper used : 70 GSM NS Maplitho
Book size : 1/8th Demy

ISBN : 978-93-94942-64-6

Cover page illustration by : Achyuthananda B.
Illustration by : Avanish Acharya A.
Inner pages design by : Achyuthananda B.

ಅರ್ಧ ಬರೆದಿಟ್ಟ ಕವಿತೆಗೆ
ಮರೆಯಲಾಗದ ಹಾಡಿಗೆ
ತಿರುವಿನಲ್ಲಿ ನಿಂತು ನೋಡಿದ ಮೂಗುತಿ
ಹೊಳಪಿನ ಹುಡುಗಿಗೆ
ಮತ್ತು
ಗಾಯಗೊಂಡ ಈ ಬದುಕಿಗೆ...

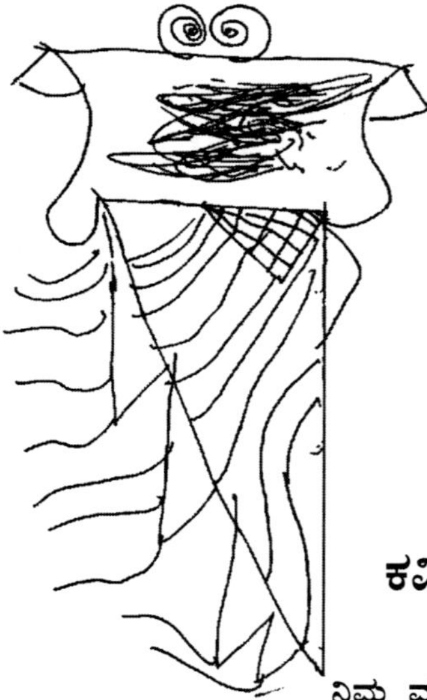

ಕವಿತೆ ಮಾತ್ರ ಸತ್ಯ; ಕವಿಯ ಮಾತು ಸುಳ್ಳು

ನಿಮ್ಮ ಮುಂದೆ ಇಲ್ಲಿ ಒಂದಷ್ಟು ಕವಿತೆಗಳಿವೆ. ಒಂದೆರಡು ಪುಟ ತೆಗೆದರೆ ನೀವು ಆ ಕವಿತೆಗಳಿಗೆ ಎದುರಾಗುತ್ತೀರಿ. ಅದಕ್ಕೂ ಮೊದಲು ಇಲ್ಲಿ ಈ ಜಾಗದಲ್ಲಿ ನೀವೇನು ನಿರೀಕ್ಷೆ ಮಾಡುತ್ತೀರಿ ಎಂಬುದು ನನಗೆ ಗೊತ್ತು. ಕವಿ ತಾನು ಬರೆದುಕೊಂಡ ಕವಿತೆಯ ಬಗ್ಗೆ ನಾಲ್ಕು ಮಾತಾಡಲಿ ಎಂದು ಆಶಿಸುತ್ತೀರಿ. ಏನೇನು ಮಾತಾಡಿರಬಹುದೆಂದು ಕುತೂಹಲ ತಾಳುತ್ತೀರಿ. ಅದು ಸಹಜವೂ ಕೂಡ.

ನನಗೆ ಕವಿತೆ ಮಾತ್ರ ಗೊತ್ತು. ಅದರ ಸುತ್ತಮುತ್ತ ಏನೂ ಗೊತ್ತಿಲ್ಲ. ನಾನು ಕವಿತೆ ಬರೆಯುವಾಗ ಮಾತ್ರ ಕವಿ, ಆಮೇಲೆ ಮಾಮೂಲಿ ಮನುಷ್ಯ. ಕವಿತೆ ಮಾತ್ರ ಸತ್ಯ. ಅದರ ಕುರಿತಾದ ನನ್ನ ಮಾತುಗಳು ಸುಳ್ಳು. ನಾನು ನನ್ನ ಕವಿತೆಗಳ ಬಗ್ಗೆ ಮಾತಾಡಿದಷ್ಟೂ ಹೆಚ್ಚು ಸುಳ್ಳುಗಳನ್ನು ಹೇಳಲು ಆರಂಭಿಸುತ್ತೇನೆ. ಕವಿ ಮೌನಿಯಾದಷ್ಟು ಕವಿತೆ ಮಾತಾಡುತ್ತದೆ ಎಂಬುದು ನನ್ನ ಅನುಭವ. ಈ ಕವಿತೆಯನ್ನು ಆ ಘಟನೆಗೆ ಮಿಡಿಯಲು ಬರೆದೆ, ಇದನ್ನು ಒಂದು ಸಾಂತ್ವನಕ್ಕೆ ಬರೆದೆ, ಮತ್ತೊಂದು ನೋವಿಗೆ ಬರೆದೆ.. ಎಂಬುದೆಲ್ಲಾ ನನಗೆ ಗೊತ್ತಾಗುವುದಿಲ್ಲ. ಆ ಕ್ಷಣಕ್ಕೆ ಕವಿತೆ ನನ್ನೊಳಗೆ ಹೇಗೆ ಹೊಕ್ಕಿತು? ಅದನ್ನು ನಾನೇಕೆ ಬರೆದೆ? ಬರೆಯದೆ ಇದ್ದರೆ ಏನಾಗುತ್ತಿತ್ತು? ಖಂಡಿತ ನನಗೆ ಗೊತ್ತಿಲ್ಲ. ಆದರೆ ಒಂದಂತೂ ಸತ್ಯ.ಕವಿತೆಗಳು ನನಗೆ ಸಮಾಧಾನ ನೀಡಿವೆ. ಕಣ್ಣೊರೆಸಿವೆ.ತೊಡೆ ಮೇಲೆ ಮಲಗಿಸಿಕೊಂಡು ಲೋಕ ಮರೆಸಿವೆ, ಪ್ರೀತಿ ಕರುಣಿಸಿವೆ.. ಅಷ್ಟಕ್ಕೆ ನಾನು ನನ್ನ ಕವಿತೆಗಳಿಗೆ ಋಣಿ..

ನನ್ನ ಕವಿತೆಗಳು ನನಗೇನು ಕೊಡಬೇಕಿತ್ತೊ ಅದನ್ನು ಈಗಾಗಲೇ ಕೊಟ್ಟಿವೆ. ಬೋನಸ್ ಎಂಬಂತೆ ನಿಮ್ಮ ಕೈಯಲ್ಲಿರುವ ಈ ನಲವತ್ತು ಕವಿತೆಗಳ ಹಸ್ತಪ್ರತಿಗೆ ೨೦೨೩ ನೇ ಸಾಲಿನ ಕವಿ ಗವಿಸಿದ್ಧ ಎನ್ ಬಳ್ಳಾರಿ ಕಾವ್ಯ ಪ್ರಶಸ್ತಿ ಲಭಿಸಿದೆ. ಸ್ಪರ್ಧೆ ಆಯೋಜಿಸಿದ ವೇದಿಕೆಗೂ ಮತ್ತು ತೀರ್ಪುಗಾರರಿಗೂ ಧನ್ಯವಾದಗಳು.

ಕವಿತೆಗಳನ್ನು ಮೆಚ್ಚಿ ಅದನ್ನು ಒಂದು ಪುಸ್ತಕವನ್ನಾಗಿ ತುಂಬಾ ಆಸ್ಥೆಯಿಂದ ಪ್ರಕಟಿಸುತ್ತಿರುವ ವೀರಲೋಕದ ವೀರಕಪುತ್ರ ಶ್ರೀನಿವಾಸ ಅವರಿಗೆ ಕೃತಜ್ಞತೆ ಹೇಳದೆ ಹೇಗಿರಲಿ? ನನ್ನ ಬರವಣಿಗೆಯನ್ನು ಪ್ರೋತ್ಸಾಹಿಸುವ ಮತ್ತು ಈ ಪುಸ್ತಕಕ್ಕೆ ಸೊಗಸಾದ ಬೆನ್ನುಡಿ ಬರೆದುಕೊಟ್ಟು ಹರಸಿದ ಜಿ ಎನ್ ಮೋಹನ್ ಅವರ ಪ್ರೀತಿಗೆ ಎಷ್ಟು ಋಣಿಯಾಗಿರಲಿ?

ಪುಸ್ತಕದ ಮುಖಪುಟವನ್ನು ವಿನ್ಯಾಸಗೊಳಿಸಿದ ಪ್ರದೀಪ್ ಬತ್ತೇರಿಯವರಿಗೆ ಧನ್ಯವಾದಗಳು. ನನ್ನ ನಿರಂತರ ಕಾಟವನ್ನು ಸಹಿಸಿಕೊಂಡು ಒಳಪುಟಗಳನ್ನು ಸಾಕಷ್ಟು ಚೆಂದಗಾಣಿಸಿದ ಅಚ್ಯುತಾನಂದ ಬಿ. ಇವರಿಗೆ ತುಂಬು ಅಕ್ಕರೆ. ಕವಿತೆಗಳಿಗೆ ಸೊಗಸಾದ ಚಿತ್ರ ಬರೆದು ಕೊಟ್ಟ ಏಳು ವರ್ಷದ ಪೋರ ಅವನೀಶ್ ಆಚಾರ್ಯನಿಗೆ ಮುದ್ದು.

ಇಲ್ಲಿರುವ ಬಹುತೇಕ ಕವಿತೆಗಳನ್ನು ಪ್ರಕಟಿಸಿದ ಪ್ರಜಾವಾಣಿ, ವಿಜಯಕರ್ನಾಟಕ, ಅವಧಿ ಮತ್ತು ಕೆಂಡಸಂಪಿಗೆಗೆ ಥ್ಯಾಂಕ್ಸ್..

ನನ್ನ ಕವಿತೆಗಳನ್ನು ಓದುವ, ಓದಿ ತಿದ್ದುವ, ತಿದ್ದಿ ಸದಾ ಸಲಹೆ ನೀಡುವ ದೊಡ್ಡ ಮಿತ್ರಬಳಗವೇ ನನ್ನೊಂದಿಗಿದೆ. ಅವರೆಲ್ಲರ ಕಾಳಜಿಯನ್ನು ನೆನೆಯುವೆ.

ನನ್ನ ಈ ಎಲ್ಲಾ ಹುಚ್ಚಾಟಗಳನ್ನು ಸದಾ ಸಹಿಸಿಕೊಳ್ಳುವ ಹೆತ್ತವರು, ಸಹೋದರ, ಸಹೋದರಿಯರು ಮತ್ತು ಪ್ರೀತಿಯ ಮಡದಿ ಸೌಮ್ಯ ಅವರ ಪ್ರೀತಿಗೆ, ತಾಳ್ಮೆಗೆ ಮತ್ತು ಸಹಕಾರಕ್ಕೆ ಮನದುಂಬಿದೆ. ಇಡೀ ಮನೆಯನ್ನು ಒಂದು ಕವಿತೆಯಾಗಿಸಿರುವ ನನ್ನ ಮುದ್ದು ಅವಳಿಗಳಾದ ಶಿಷ್ಟಾ ಮತ್ತು ಶಿಖರನ ಹಾಲುಗೆನ್ನೆಗಳಿಗೆ ಅಸಂಖ್ಯಾತ ಮುತ್ತುಗಳು..

12, ಆಗಸ್ಟ್, 2023

ಸದಾಶಿವ ಸೊರಟೂರು.

9448898699

'ಗಾಯಗೊಂಡ ಸಾಲುಗಳು' ಮತ್ತು ಬದುಕಿನ ತಲ್ಲಣಗಳು :

ಹಸಿವಿದೆಯೇ
ಊಟ ತರಲೇನು? ನೀವು ನಮ್ಮ ಅತಿಥಿ
ಉಂಡ ಮೇಲೂ ಗುಂಡು ನುಗ್ಗಿಸಬಹುದು
ನನ್ನ ಎದೆ ಸಿದ್ಧವಿದೆ ..

ಕವಿಯೊಳಗಿನ ದುಗುಡಗಳು ಹುಟ್ಟಿಸುವ ತಳಮಳ ಮತ್ತು ಸಮಕಾಲೀನ ತಲ್ಲಣಗಳಿಗೆ ಮುಖಾಮುಖಿಯಾಗುವ ಸ್ಪಂದನಶೀಲ ಮನಸ್ಸುಗಳಿಗೆ ಮಾತ್ರ ಇಂತಹ ಪ್ರಖರ ಸಾಲುಗಳನ್ನು ನೀಡಲು ಸಾಧ್ಯ.

ನೋವುಗಳೊಂದಿಗೇ ಬದುಕ ಹೆಜ್ಜೆಗಳನ್ನು ಸಾಗಿಸಬೇಕಾದ ನೆಲದ ಗಾಯಗಳು ಕವಿತೆಯ ರೂಪ ಪಡೆದ ಫಲವೇ 'ಗಾಯಗೊಂಡ ಸಾಲುಗಳು'.

ಎದೆಯೊಡ್ಡಿದ ಸಾಲುಗಳೆಲ್ಲ
ಅರೆಗಣ್ಣು ಮಾಡಿ
ಜೀವ ಚೆಲ್ಲಿರುವಾಗ
ಕವಿತೆಯ ಹೃದಯ ಆಚೆ ಬಂದು
ರಕ್ತದ ಮಡುವಿನಲ್ಲಿ ಈಜುತ್ತಿದೆ ..

ಎನ್ನುವಾಗ ಕವಿತೆಯ ಹೃದಯ ಶತಮಾನಗಳ ಸಾವು, ನೋವು, ಆತಂಕಗಳ ಪ್ರತೀಕವಾಗಿ ನಿಲ್ಲುತ್ತದೆ. ಸಾಲುಗಳು ರಕ್ತದ ಮಡುವಿನಲ್ಲಿ ಬಿದ್ದು ಗಾಯಗೊಂಡರೂ 'ಕಡು ನೆತ್ತರಿನ ಗುಲಾಬಿಯ ಬಣ್ಣ ಒಮ್ಮೆಯಾದರೂ ಬಿಳಿಯಾಗಲಿ, ಹಸಿರಾಗಲಿ, ನೀಲಿಯಾಗಲಿ' ಎಂದು ಹಂಬಲಿಸುವ ಅದಮ್ಯ ಚೈತನ್ಯ ಕವಿ ಸದಾಶಿವರದು.

ರಾಜ್ಯಮಟ್ಟದಲ್ಲಿ ೨೦೧೯ ರಿಂದ ಕೊಡಮಾಡುತ್ತಿರುವ 'ಕವಿ ಗವಿಸಿದ್ಧ ಎನ್. ಬಳ್ಳಾರಿ – ಕಾವ್ಯ ಪ್ರಶಸ್ತಿ ೨೦೨೩' ನೇ ಸಾಲಿಗೆ ಇವರ 'ಗಾಯಗೊಂಡ ಸಾಲುಗಳು' ಹಸ್ತಪ್ರತಿ ಆಯ್ಕೆಯಾಗಿದ್ದು, ಇದೀಗ ಈ ಹಸ್ತಪ್ರತಿಯು ಕೃತಿಯ ರೂಪ ತಾಳುತ್ತಿರುವುದು ಖುಷಿಯ ಸಂಗತಿ..

'ಈ ನಗರಗಳಂತೂ ರಾತ್ರಿ ಮಲಗುವುದಿಲ್ಲ ನಿದ್ರೆಗೆಟ್ಟು ಅವೆಷ್ಟು ರೋಗಿಗಳಾಗಿವೆ', 'ಕವಿತೆಯನ್ನ ಯಾಕೆ ಇನ್ನೂ ಹೊರಗಿಟ್ಟಿದ್ದಾರೆ, ಯಾಕೆ ಯಾರೂ ದೂರು ನೀಡಿಲ್ಲ', 'ಹರಿದ ಬನಿಯನ್ನಿನ ಅಪ್ಪ, ಹೊಸ ಬನಿಯನ್ನಿನ ತಂದೆ ಎರಡರಲ್ಲೂ ಯಾವ ವ್ಯತ್ಯಾಸ ಇರಲಿಲ್ಲ', 'ಇಲ್ಲಿ ಬಿಂಬಕೂ ಬದುಕಿಗೂ ವ್ಯತ್ಯಾಸವಿದೆ', 'ಆಟಿಕೆಯ ಗಂಟಿನಿಂದ ತಪ್ಪಿಸಿಕೊಂಡ ಗೊಂಬೆಯೊಂದು ಒಂಟಿತನಕ್ಕೆ ನಡುಗಿ ಬಿಕ್ಕುತ್ತಿದೆ', 'ಇಲ್ಲಿ ಯಾರಿಗೆ ಯಾರೂ ಅರ್ಥವಾಗುವುದಿಲ್ಲ ಎಲ್ಲರೊಳಗೊಂದು ಅಳಿಸಿಹೋದ ಸಾಲೊಂದಿರುವಾಗ', 'ಒಳಗೊಳಗೇ ನಗುತ್ತವೆ ಶವಾಗಾರದ ಗೋಡೆಗಳು ಹೊರಗೆ ಕೂತು ಅಳುವವರ ಕಂಡು' ಹೀಗೆ ವಿವಿಧ ಶೀರ್ಷಿಕೆಗಳ ಕವಿತೆಗಳ ಮೇಲ್ಕಾಣಿಸಿದ ಸಾಲುಗಳು ಹತ್ತು ವಿಭಿನ್ನ ನೆಲೆಗಳಲ್ಲಿ, ಹಲವು ಒಳ ಹರಿವುಗಳ ಮೂಲಕ ವಿಚಾರಕ್ಕೆಡೆ ಮಾಡಿಕೊಡುತ್ತವೆ. ರೂಪಕಗಳು, ಪ್ರತಿಮೆಗಳು ಸಂದರ್ಭಕ್ಕೆ ತಕ್ಕಂತೆ ಕಾವ್ಯದ ತೂಕವನ್ನು ಹೆಚ್ಚಿಸಿವೆ.

ಕತೆ ಮತ್ತು ಲೇಖನಗಳ ಪ್ರಕಾರಗಳಲ್ಲಿ ಬಹುದೊಡ್ಡ ಹೆಸರು ಗಳಿಸಿರುವ ಸದಾಶಿವ ಸೊರಟೂರು ಅವರೊಬ್ಬ ಪ್ರಖರ ಕವಿಯೂ ಆಗಿದ್ದಾರೆಂದು ಈ ಹಸ್ತಪ್ರತಿ ನಿರೂಪಿಸಿದೆ. ಮೂರು ಹಂತಗಳ ತೀರ್ಪುಗಾರರಿಗೂ ಕವಿಗಳ ಹೆಸರುಗಳನ್ನು ಕೊಡದೆ 'ನಂಬರ್' ಮೂಲಕವೇ ಕೋಡ್ ಮಾಡಿ ಕೊಟ್ಟಿರುತ್ತದೆ. ಬಹು ಕಠಿಣವಾಗಿದ್ದ ಈ ಸಲದ 'ಗವಿಸಿದ್ಧ ಎನ್. ಬಳ್ಳಾರಿ ಪ್ರಶಸ್ತಿ'ಯ ಕೊನೆಯ ಸುತ್ತಿನ ಆಯ್ಕೆಯಲ್ಲಿ ತೀರ್ಪುಗಾರರು ಕೊಟ್ಟ ಲಕೋಟೆ ತೆರೆದಾಗ ಅದರಲ್ಲಿದ್ದ ಹಸ್ತಪ್ರತಿಯ ಸಂಖ್ಯೆ '೦೮' ಆಗಿತ್ತು. ನನ್ನ ಪಟ್ಟಿಯೊಳಗೆ ಸಂಖ್ಯೆ '೦೮' ರ ಹೆಸರು ಹುಡುಕಿದಾಗ ಅದು ಸದಾಶಿವ ಸೊರಟೂರು ಅವರದಾಗಿತ್ತು. ಯಾವುದೇ ಪ್ರದೇಶವಾರು, ವ್ಯಕ್ತಿಗತ ಸಾಧನೆ,

ವಯಸ್ಸಿನ ಇತಿಮಿತಿ, ಈ ಮೊದಲು ಗಳಿಸಿದ ಪ್ರಶಸ್ತಿಗಳ ಹಿನ್ನೋಟ .. ಹೀಗೆ ಪೂರ್ವ ಪೀಠಿಕೆಗಳಿಗೆ ಅವಕಾಶವಿಲ್ಲದೇ, ಕೇವಲ 'ಹಸ್ತಪ್ರತಿ'ಯೊಂದೇ ಇಲ್ಲಿನ ಮಾನದಂಡವಾಗಿರುತ್ತದೆ. ಈ ಸಲ ಒಟ್ಟು ಬಂದ ೭೧ ಹಸ್ತಪ್ರತಿಗಳಲ್ಲಿ ತೀರ್ಪುಗಾರರ ಗಮನ ಸೆಳೆದ ಈ ಹಸ್ತಪ್ರತಿಗೆ ಇಲ್ಲಿನ ಕವಿತೆಗಳೇ ಜೀವಾಳ ಮತ್ತು ಅರ್ಹತೆ.

ಪ್ರತೀ ವರ್ಷ ಕವಿ ಗವಿಸಿದ್ಧ ಎನ್. ಬಳ್ಳಾರಿ ತೀರಿದ ದಿನ ಮಾರ್ಚ್ ೧೪ ರಂದು ಹಸ್ತಪ್ರತಿ ಆಹ್ವಾನ ಮಾಡಿ, ಅವರು ಹುಟ್ಟಿದ ದಿನ ಜೂನ್ ೧೭ ರಂದು ಪ್ರಶಸ್ತಿಯ ಘೋಷಣೆ ಮಾಡಲಾಗುತ್ತದೆ. ಪ್ರಶಸ್ತಿ ವಿಜೇತರಿಗೂ ಆ ದಿನವೇ ತಿಳಿಸಲಾಗುವುದು. ನವೆಂಬರ್ ತಿಂಗಳು ಕೊಪ್ಪಳದಲ್ಲಿ ನಡೆಯುವ 'ಗವಿಸಿದ್ಧ ಎನ್. ಬಳ್ಳಾರಿ – ಸಾಹಿತ್ಯೋತ್ಸವ'ದಲ್ಲಿ ಪ್ರಶಸ್ತಿ ವಿತರಣೆ ಮಾಡಲಾಗುವುದು. ಇದು ಪ್ರಶಸ್ತಿ ನೀಡಿಕೆ ನಡೆದು ಬಂದ ವಾಡಿಕೆ.
೨೦೨೩ ರ ಸಾಲಿನ 'ಗವಿಸಿದ್ಧ ಎನ್. ಬಳ್ಳಾರಿ – ರಾಜ್ಯಮಟ್ಟದ ಕಾವ್ಯ ಪ್ರಶಸ್ತಿ' ವಿಜೇತ ಹಸ್ತಪ್ರತಿ ಇದೀಗ ನಿಮ್ಮ ಕೈಯಲ್ಲಿ ಕೃತಿಯ ರೂಪದಲ್ಲಿ ಬಂದು ನಿಂತಿದೆ.

ಗವಿಸಿದ್ಧ ಎನ್. ಬಳ್ಳಾರಿ ವೇದಿಕೆ ಮತ್ತು ತಳಮಳ ಪ್ರಕಾಶನದ ಪರವಾಗಿ ಸದಾಶಿವ ಸೊರಟೂರು ಅವರ ಸಾಹಿತ್ಯದ ಹರವು ಇನ್ನಷ್ಟು ವಿಸ್ತರಿಸಲಿ ಎಂದು ಹಾರೈಸುತ್ತೇನೆ.

ಮಹೇಶ ಬಳ್ಳಾರಿ
ಸಂಚಾಲಕ
'ಕವಿ ಗವಿಸಿದ್ಧ ಎನ್. ಬಳ್ಳಾರಿ ವೇದಿಕೆ', ಕೊಪ್ಪಳ

ಪ್ರಕಾಶಕರ ನುಡಿ

ವೀರಲೋಕ ಎರಡನೇ ವರ್ಷದ ಸಂಭ್ರಮಕ್ಕೆ ಸಾಕ್ಷಿಯಾಗುತ್ತಿದೆ. ಸಂಭ್ರಮದ ಜೊತೆ ಜೊತೆಗೆ ಜವಾಬ್ದಾರಿಗಳೂ ಬೆನ್ನೇರಿವೆ. ಮೊದ ಮೊದಲು ಅಕ್ಷರ ಲೋಕಕ್ಕೆ ನಮ್ಮ ಬಗ್ಗೆ ಕುತೂಹಲವಿತ್ತು. ನಾವು ಏನು ಮಾಡಬಲ್ಲೆವು, ಏನೆಲ್ಲ ಮಾಡಲಾರೆವು ಎಂಬ ಅಂದಾಜಿತ್ತು. ಈಗ ನಾವು ಮಿತಿಗಳನ್ನು ದಾಟಿಕೊಳ್ಳಬೇಕಿದೆ. ಮತ್ತೆ ಮತ್ತೆ ಅಚ್ಚರಿಯೊಂದಿಗೆ ಓದುಗರ ಎದುರು ನಿಲ್ಲಬೇಕಿದೆ. ಅದು ನಮ್ಮ ಮುಂದಿರುವ ಸದ್ಯದ ಸವಾಲು.

ಕನ್ನಡದಲ್ಲಿ ಅಕ್ಷರ ಕೃಷಿ ಹುಲುಸಾಗಿದೆ. ಕೃತಿಗಳ ಸಂಖ್ಯೆ ಅಚ್ಚರಿಯನ್ನುವಷ್ಟು ವೃದ್ಧಿಯಾಗಿದೆ. ಆದರೆ, ಓದುಗರ ಸಂಖ್ಯೆ ಗಮನಿಸಿದಾಗ ಖೇದವಾಗುತ್ತದೆ. ಕೃತಿಗಳು ಹೆಚ್ಚಾದಂತೆ ಓದುಗ ದೊರೆಯ ಮನಸ್ಸೂ ವಿಶಾಲವಾಗಬೇಕಿತ್ತು. ಆದರೆ, ಓದುಗರಿಗೆ ಆಯ್ಕೆಗಳು ಹಲವು. ಪುಸ್ತಕವನ್ನೇ ಕಾದು ಕೂತು ಓದುವ ಕಾಲ ಕ್ಷೀಣಿಸುತ್ತಿದೆ. ಈ ಆತಂಕವನ್ನು ಲೇಖಕ ಮತ್ತು ಪ್ರಕಾಶಕ ಒಟ್ಟಾರೆ ಕೂತು ಬಗೆಹರಿಸಿಕೊಳ್ಳಬೇಕಿದೆ.

ನನ್ನ ಈ ಗ್ರಹಿಕೆ ತಪ್ಪೂ ಇರಬಹುದು. ಆದರೂ, ಈ ಮಾತನ್ನು ಹೇಳಲೇಬೇಕಿದೆ. ಬಹುತೇಕ ಲೇಖಕರು ಕೃತಿಗಳ ಸಂಖ್ಯೆಯ ಕಡೆ ಗಮನ ಹರಿಸುತ್ತಿದ್ದಾರೆ ವಿನಃ, ತಮ್ಮ ಹಿಂದಿನ ಕೃತಿಗೂ, ಹೊಸ ಕೃತಿಗೂ ನಡುವಿನ ಓದುಗರ ಸಂಖ್ಯಾ ವ್ಯತ್ಯಾಸವನ್ನು ಗಮನಿಸುತ್ತಿಲ್ಲ. ವರ್ಷಕ್ಕೋ, ಎರಡು ವರ್ಷಕ್ಕೋ ಒಂದೊಂದು ಕೃತಿಯನ್ನು ತರುವ ಲೇಖಕರನ್ನು ನಾವು ಕಂಡಿದ್ದೇವೆ. ಅವರ ಕೃತಿಗಾಗಿ ಲಕ್ಷಾಂತರ ಓದುಗರು ಕಾದುಕೊಂಡಿರುತ್ತಿದ್ದರು. ಪುಸ್ತಕ ಬಿಡುಗಡೆ ಮುನ್ನವೇ ಸಾವಿರಾರು ಪ್ರತಿಗಳು ಮುಂಗಡ ಕಾಯ್ದಿರಿಸುವಿಕೆ ಇರುತ್ತಿತ್ತು. ಇದೀಗ ಅದು ಬದಲಾಗಿದೆ.

ಒಂದೇ ಸಲಕ್ಕೆ ಒಬ್ಬರೇ ಲೇಖಕರ ಒಂದಕ್ಕಿಂತ ಹೆಚ್ಚು ಪುಸ್ತಕಗಳು ಏಕಕಾಲಕ್ಕೆ ಬಿಡುಗಡೆ ಆಗುತ್ತಿರುವುದನ್ನು ಕಾಣುತ್ತಿದ್ದೇವೆ. ಅದು ಲೇಖಕನ ಶಕ್ತಿಯೂ ಆಗಿರಬಹುದು. ಆದರೆ, ಓದುಗರು ಅಷ್ಟೇ ವೇಗದಲ್ಲಿ ಪುಸ್ತಕವನ್ನು ಕೊಳ್ಳುವ ಮತ್ತು ಓದುವ ಆಸಕ್ತಿಯನ್ನು ಹೊಂದಿರಲಾರರು. ಅಂತಹ ಓದುಗರು ಇದ್ದರೂ ಅದು ಬೆರಳಣಿಕೆಯಷ್ಟು ಮಾತ್ರ ಇರಬಹುದು. ಈ ರೀತಿ ಪುಸ್ತಕಗಳು ದಂಡಿ ದಂಡಿಯಾಗಿ ಬಂದಾಗ ಓದುಗರು ಕೂಡ ಏಕಕಾಲಕ್ಕೆ ಆಸಕ್ತಿಯನ್ನೇ ಕಳೆದುಕೊಂಡು ಬಿಡುವ ಅಪಾಯ ಹೆಚ್ಚು. 'ಅವರು ಪುಸ್ತಕ ಬರೀತಾನೇ ಇರ್ತಾರೆ. ತಗೊಂಡ್ರಾಯ್ತು ಬಿಡು' ಎಂದು ಆಡಿದ ಮಾತನ್ನು ನಾನೇ ಅನೇಕರಿಂದ ಕೇಳಿದ್ದೇನೆ. ಈ ಅಪಾಯವನ್ನೂ ನಾವು ದಾಟಿಕೊಳ್ಳಬೇಕಿದೆ. ಓದುಗರನ್ನು ಉಳಿಸಿಕೊಳ್ಳುವ ಜರೂರತ್ತು ನಮ್ಮುಂದಿದೆ.

ಓದುಗರನ್ನು ಉಳಿಸಿಕೊಂಡು, ಬೆಳೆಸುವುದಕ್ಕಾಗಿಯೇ ವೀರಲೋಕವು ತನ್ನ ಎರಡನೇ ವರ್ಷದಲ್ಲಿ ಕೆಲವು ಯೋಜನೆಗಳನ್ನು ಹಮ್ಮಿಕೊಂಡಿದೆ. ಸಾಂಪ್ರದಾಯಿಕ ಶೈಲಿಯ ಪುಸ್ತಕ ಬಿಡುಗಡೆ ಕಾರ್ಯಕ್ರಮಗಳನ್ನು ನವೆಂಬರ್ ನಂತರ ನಿಲ್ಲಿಸುತ್ತಿದ್ದೇವೆ. ಆ ಕೆಲಸವನ್ನು ಶಾಲಾ, ಕಾಲೇಜುಗಳಲ್ಲಿ, ಬೃಹತ್ ಕಾರ್ಪೋರೇಟ್ ಸಂಸ್ಥೆಗಳಲ್ಲಿ ಹಮ್ಮಿಕೊಳ್ಳಲು ಯೋಚಿಸುತ್ತಿದ್ದೇವೆ. ಹೂಗುಚ್ಛದ ಬದಲು 'ಪುಸ್ತಕಗುಚ್ಛ'

ನೀಡುವ ಕುರಿತಾಗಿ ಒಂದೂವರೆ ವರ್ಷದಿಂದ ನಡೆಸಿದ ಅಧ್ಯಯನ, ಪ್ರಯತ್ನ ಮತ್ತು ಶ್ರಮ ಈಗ ಫಲ ಕೊಟ್ಟಿದೆ. ಪುಸ್ತಕಗುಚ್ಛದ ಪೇಟೆಂಟಿಗೂ ಅಪ್ಲೈ ಮಾಡಿದ್ದೇವೆ. ಕನ್ನಡ ಪುಸ್ತಕಲೋಕದಲ್ಲಿ ಅದೊಂದು ಮಹತ್ತರ ಹೆಜ್ಜೆಯಾಗಲಿದೆ. ಜೊತೆಗೆ ಮುಂದಿನ ವರ್ಷದಿಂದ ಕನ್ನಡದ ಮಹತ್ತರ ಪುಸ್ತಕಗಳನ್ನು ಇಂಗ್ಲಿಷಿಗೆ ಅನುವಾದಿಸುವ, ಇ-ಬುಕ್‌ಗಳನ್ನಾಗಿಸುವ, ಆಡಿಯೋ ಬುಕ್‌ಗಳನ್ನಾಗಿಸುವ ಪ್ರಯತ್ನ ಸದ್ದಿಲ್ಲದೆ ಜಾರಿಯಲ್ಲಿದೆ. ಈ ಎಲ್ಲಕ್ಕಿಂತ ಮುಖ್ಯವಾಗಿ ವೀರಲೋಕ ವೆಬ್‌ಸೈಟ್‌ನಲ್ಲಿ ಲಕ್ಷಕ್ಕೂ ಹೆಚ್ಚು ಕನ್ನಡದ ಪುಸ್ತಕಗಳು ಒಂದೇ ಕಡೆ ಲಭ್ಯವಿರುವಂತೆ ಮಾಡುವ ಪ್ರಯತ್ನ ಕಳೆದ ಆರು ತಿಂಗಳಿದ ಅತ್ಯಂತ ತ್ವರಿತಗತಿಯಲ್ಲಿ ಈಡೇರುತ್ತಿದೆ. ಇದಿಷ್ಟು ವೀರಲೋಕ ಅಪ್‌ಡೇಟ್ಸ್.

ಈ ಸಂಗತಿಗಳ ನಡುವೆಯೇ ಸದಾಶಿವ್ ಸೊರಟೂರು ಅವರ 'ಗಾಯಗೊಂಡ ಸಾಲುಗಳು' ಕವನ ಸಂಕಲನವನ್ನು ನಿಮ್ಮ ಕೈಗಿಡಲು ಹರ್ಷಿಸುತ್ತೇನೆ. ವೃತ್ತಿಯಲ್ಲಿ ಶಾಲಾ ಶಿಕ್ಷಕರಾಗಿರುವ ಸದಾಶಿವ್ ಅವರು ಕನ್ನಡ ಸಾಹಿತ್ಯಲೋಕದಲ್ಲಿ ಪ್ರಮುಖ ಹೆಸರು. ವಾರಕ್ಕೆ ಒಂದೆರಡು ಬಾರಿ ಒಂದಿಲ್ಲೊಂದು ಪತ್ರಿಕೆಯಲ್ಲಿ ಅವರ ಬರಹಗಳನ್ನು ಕಂಡಾಗ ನನಗೆ ಅಚ್ಚರಿಯೆನಿಸುತ್ತದೆ. ಕೆಲವು ಶಾಲಾ ಶಿಕ್ಷಕರನ್ನು ನಮ್ಮ ಕಾಲ್‌ಸೆಂಟರಿನ ಉದ್ಯೋಗಿಗಳು ಸಂಪರ್ಕಿಸಿ, ಕನ್ನಡ ಪುಸ್ತಕ ಓದುವಿರಾ? ಎಂದು ಕೇಳಿದಾಗ... ಓದಲು ಸಮಯವೆಲ್ಲಿದೆ? ಎಂದು ಉತ್ತರಿಸಿದವರೇ ಹೆಚ್ಚು. ಅಂತಹವರ ನಡುವೆ ಓದು, ಬರಹವನ್ನೇ ಬದುಕಾಗಿಸಿಕೊಂಡಿರುವ ಈ ಸದಾಶಿವ್ ಮೇಷ್ಟ್ರು ನನಗೆ ವಿಶೇಷವೆನಿಸುತ್ತಾರೆ. ವಸ್ತು ವೈವಿಧ್ಯತೆಯಿಂದ ಕೂಡಿದ ಸಾವಿರಾರು ಬರಹಗಳ ಜನಕರು ಅವರು. ಕಥೆಗಳು ಅವರ ಮೆಚ್ಚಿನ ಪ್ರಕಾರವಾದರೂ ಕವಿತೆಗಳು ಅವರ ಟ್ರೇಡ್‌ಮಾರ್ಕ್. ಅವರ ಕವಿತೆಗಳು ನಮ್ಮದೇ ಬದುಕಿನ ಕನ್ನಡಿ. ನಮ್ಮ ಭಾವಗಳ ಪರದೆ, ಗಾಯಗಳ ಮುಲಾಮು! ಅವರ ಕವಿತೆಗಳನ್ನು ಅರ್ಥೈಸಿಕೊಳ್ಳಲು ತೀರಾ ಕಷ್ಟಪಡಬೇಕಿಲ್ಲ, ಕಬ್ಬಿನ ಸಿಪ್ಪೆ ಸುಲಿಯುವಷ್ಟೇ ಸಲೀಸು! ಕವನಗಳನ್ನು ಯಾರು ಓದ್ತಾರೆ ಎಂಬ ಹಗುರ ಮಾತುಗಳ ನಡುವೆ, ಕವನಗಳಿಗೆ ಕಾಲವಲ್ಲ ಎಂಬ ಲೆಕ್ಕಾಚಾರದ ನಡುವೆಯೂ ನಾವು ಈ ಕವನ ಸಂಕಲನವನ್ನು ಪ್ರಕಟಿಸುತ್ತಿರುವುದಕ್ಕೆ ಕಾರಣ ಪದ್ಯಪರಂಪರೆ ಬಗ್ಗೆ ನಮಗಿರುವ ಗೌರವ. ನಿಸ್ಸಂದೇಹವಾಗಿ ಈ 'ಗಾಯಗೊಂಡ ಸಾಲುಗಳು' ಕನ್ನಡ ಕಾವ್ಯಲೋಕಕ್ಕೆ ಒಂದು ಸಶಕ್ತ ಸೇರ್ಪಡೆ.

ಈ ಕೃತಿ ಹೊರಬರಲು ಸಾಕಷ್ಟು ಜನಗಳ ಶ್ರಮವಿದೆ. ಮುಖಪುಟ ಕಲಾವಿದರು, ಒಳಪುಟ ವಿನ್ಯಾಸಕರು, ನಮ್ಮ ಮುದ್ರಕರಾದ ರೀಗಲ್ ವೆಂಕಟೇಶ್ ಅವರು ಮತ್ತು ನನ್ನ ಸಹೋದ್ಯೋಗಿಗಳಾದ ಆನಂದ್ ರಾಚ್, ಅನಂತ ಕುಣಿಗಲ್, ರಾಜುವಿಷ್ಣು, ವಿಶ್ವಜಿತ್ ಹೆಗಡೆ, ವಿಷ್ಣು ಗೋವಿಂದ್, ಮಮತಾ, ಪಾರ್ವತಿ, ರಾಘವ್ ಎಲ್ಲರಿಗೂ ಧನ್ಯವಾದಗಳು.

ಓದಿನ ನಶೆ ನಿಮಗೇರಲಿ...

ನಿಮ್ಮ

–ವೀರಕಪುತ್ರ ಶ್ರೀನಿವಾಸ

ಒಳಗಿನ ಪುಟಗಳಲ್ಲಿ

ಕೊಲ್ಲುವ ಅತಿಥಿಯ ಮುಂದೆ..

ಬನ್ನಿ, ಕೂತುಕೊಳ್ಳಿ
ದಣಿವಾಗಿದೆಯೇನು?
ಆಗಿರಲೇಬೇಕು..
ಕಾಡತೂಸಿನ ಭಾರ
ಮಣಭಾರದ ಬೂಟುಗಳನು
ಹೊತ್ತು ಹೊತ್ತು ಬಳಲಿರಬೇಕು
ಗಾಳಿಯೂ ನುಗ್ಗದ ನಿಮ್ಮ ಬಟ್ಟೆ
ಹೊಸ ಜಾಗಕ್ಕೆ ಬಂದ ದುಗುಡ
ಎಲ್ಲವನ್ನೂ ನಾ ಬಲ್ಲೆ!
ಇರಿ ಒಂದು ಲೋಟ ಚಹಾ
ತರುವೆನು..!
ನೀವು ನಮ್ಮ ಅತಿಥಿಗಳು..
ಮೊದಲು ನಮ್ಮ ಆತಿಥ್ಯ ಒಪ್ಪಿಸಿಕೊಳ್ಳಿ
ಬಳಿಕ
ನನ್ನದೆಗೆ ನೀವು ತೂಪಾಕಿ ಹಿಡಿಯಿರಿ
ಅಡ್ಡಿಯಿಲ್ಲ!

ನಿಮ್ಮ ನಾಲ್ಕು ವರ್ಷದ ಮಗುವೂ
ನೀವು ಹೊರಡುವಾಗು
'ಅಪ್ಪ..' ಎಂದು ಬೆರಳಿಡಿದಿತ್ತೇನು?
ನಿಮ್ಮ ಜೀವ ನಿನ್ನ ಹೆಂಡತಿಯ
ಕಣ್ಣಲ್ಲಿತ್ತು
ನೋಡಿಕೊಂಡಿರೇನು?
ಇರಲಿ, ದಣಿವು ಹೆಚ್ಚಿದೆ
ಚಹಾ ಕುಡಿಯಿರಿ..
ತೆಗೆದುಕೊಳ್ಳಿ
ನಾಲ್ಕಾರು ಹೂವಿನ ಬೀಜಗಳಿವೆ
ಜೇಬಿನಲ್ಲಿಟ್ಟುಕೊಳ್ಳಿ
ನೀವು ಸತ್ತು ಬಿದ್ದರೂ
ಅವು ನೆಲತಬ್ಬಿ ಎಂದಾದರೊಮ್ಮೆ
ಇಲ್ಲಿಯೇ ಖಂಡಿತ ಹೂ ಬಿಡುತ್ತವೆ..

ಸಾಯದೇ ಬದುಕಿ ನೀವು ನಿಮ್ಮ
ನೆಲಕ್ಕೆ ಹೋದರೆ ಅಲ್ಲೂ
ಬೀಜ ಹಾಕಿ ಅಲ್ಲೂ
ಖಂಡಿತ ಹೂ ಅರಳುತ್ತವೆ..

ಬೀಜಗಳು ನಮ್ಮ ನೆಲದಲ್ಲೂ ಮೊಳೆಯುತ್ತವೆ
ನಿಮ್ಮ ನೆಲದಲ್ಲೂ ಹೂ ಬಿಡುತ್ತವೆ

ಅಪಾರ್ಥ ಮಾಡಿಕೊಳ್ಳಿಬೇಡಿ
ಹೂವಿನ ಕೆಂಪು ನೀವು ಸುರಿಸಿದ
ರಕ್ತದ್ದಲ್ಲ;
ಜೀವ ಕೊಡುವ ಪ್ರತಿನೆಲದ್ದು!

ಹಸಿವಿದೆಯೇ
ಊಟ ತರಲೇನು? ನೀವು ನಮ್ಮ ಅತಿಥಿ
ಉಂಡ ಮೇಲೂ ಗುಂಡು ನುಗ್ಗಿಸಬಹುದು
ನನ್ನ ಎದೆ ಸಿದ್ಧವಿದೆ..

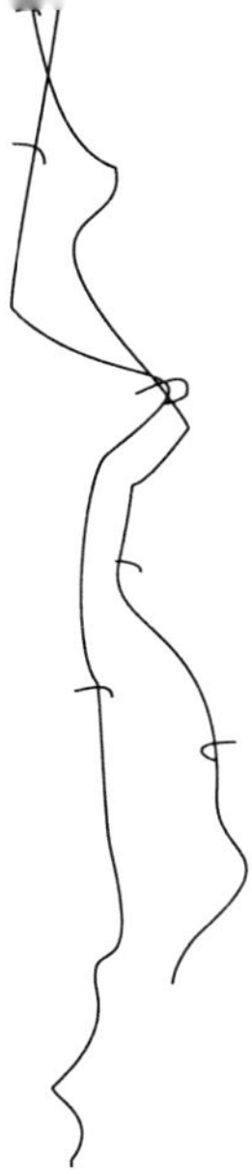

ಹೂವು ತುಂಬಿದ ಸೆರಗು..

ಅತ್ತ ಇತ್ತ ನೋಡಿ ಮೈ ಸಣ್ಣಗೆ
ಮಾಡಿಕೊಳ್ಳಬೇಡಿ
ನೀವು ನೋಡಿದಂತೆ ಜಗತ್ತಿಲ್ಲ
ಅದರೊಳಗಿನದು ನಿಮಗೆ
ಕಾಣುವುದಿಲ್ಲ..

ನೇರವಾಗಿ ಬನ್ನಿ, ನಾನಿನ್ನೂ
ಬೆತ್ತಲಾಗಿಲ್ಲ ನಿರಾಶೆ ಬೇಡ
ಲಾಡಿ ಎಳೆಯುವ ಅವಕಾಶ
ನಿಮಗೇ ಇದೆ.. ನಿಮ್ಮ ಗಂಟೆಯ ಲೆಕ್ಕದಲ್ಲಿ
ಇದು ಸೇರುವುದಿಲ್ಲ
ಹೆಚ್ಚುವರಿ ಹಣವೂ ಕೇಳುವುದಿಲ್ಲ..

ನನ್ನ ಹೆಸರು ಬಾಲ್ಯ ಊರು ಇತ್ಯಾದಿ
ಕೇಳಬೇಡಿ ನನ್ನ ಎದೆಯ ಮಿದುವಿನಷ್ಟು
ಚೆಂದವಿಲ್ಲ; ನೀವು ಕಂಗೆಡುವ ಅಗತ್ಯವಿಲ್ಲ
ನನ್ನ ದೇಹದ ಮಾಂಸ ಅಷ್ಟೊಂದು
ಹಳಸಿಲ್ಲ..

ಅದೆಷ್ಟು ದೇಹಗಳನು ದಾಟಿದೀನಿ
ಅವರ ಹಿಂಸೆಯನು ತೊಟ್ಟಿದ್ದೀನಿ
ಅವರವರ ಪತಿವ್ರತೆಯರು
ಕದ್ದು ಮಲಗಿದ್ದನ್ನು ಕೇಳಿಸಿಕೊಂಡಿದ್ದೀನಿ
ಮನಸ್ಸು ಯಾರನ್ನೋ ಕರೆದುಕೊಂಡು
ಸುಖಿಸುವುದನು ತಿಳಿದಿದ್ದೀನಿ
ಪತಿವ್ರತೆಯಾಗುವುದು ಸುಲಭ;
ಸೂಳೆಯಾಗುವುದಲ್ಲ!

ಈ ಮೈ ಸುಕ್ಕಾಗಲು ಇನ್ನೆಷ್ಟು
ದೇಹಗಳನು ದಾಟಬೇಕೋ
ದೇವರು ನನ್ನ ಹೆಸರಿಗೆ ಬರೆದ ದೇಹಗಳು
ಬೇಗ ಮುಗಿದು ಹೋಗಲಿ
ನಾನೊಂದು ನೆಮ್ಮದಿಯ ನಿದ್ದೆ ಮಾಡಬೇಕು
ನಿಮ್ಮ ಜಗತ್ತಿನಲ್ಲಿರುವ ಆ ಸಭ್ಯ ದೇವರಿಗೆ
ಈ ಅಹವಾಲನ್ನು ಸಲ್ಲಿಸಿಬಿಡಿ
ಅದಕ್ಕೆ ಬೇಕಾದರೆ ಇನ್ನಷ್ಟು ಹೊತ್ತು
ನನ್ನೊಂದಿಗೆ ಹಂದಾಡಿಬಿಡಿ..

ನೋಟುಗಳನ್ನು ನನ್ನ ಕೈಗಿಡಬೇಡಿ
ತಲೆಹಿಡುಕನಿರಬಹುದು ಹೊರಗೆ
ಅವನ ಕೈಲಿಟ್ಟು ಹೋಗಿ
ನನ್ನ ಈ ಕೈಗಳಿಗೆ ಗಾಂಧೀ ನಗುವು
ಶೋಭಿಸುವುದಿಲ್ಲ
ಎಲ್ಲಾದರೂ ಗಾಂಧಿ ಸಿಕ್ಕರೆ ದಯವಿಟ್ಟು
ನೋಟಿನಲ್ಲಿ
ನಗುವುದನ್ನು ನಿಲ್ಲಿಸೆಂದು ಹೇಳಿ..

ಬಿಚ್ಚಿದ ಸೀರೆ ಇಲ್ಲೆ ಕೆಳಗೆ ಬಿದ್ದಿರಬಹುದು
ಹೋಗುವಾಗ ಅದರ ಸೆರಗನ್ನು
ತುಳಿಯಬೇಡಿ ಅಲ್ಲಿ ಹೂವುಗಳಿವೆ
ಮೊಗ್ಗುಗಳೂ ಇವೆ
ನನ್ನದೂ ಇದೆ ಒಂದು ಹೂ ತುಂಬಿದ ಸೆರಗು
ನೋಡಿಕೊಂಡು ಕಾಲಿಡಿ..

ಸೆರಗಿನ ಅಂಚಿನಲ್ಲಿ ಒಂದು ಪುಟ್ಟ ಗಂಟಿದೆ
ಅದನ್ನು ಎಡವಿ ಬೀಳಬೇಡಿ
ಖಂಡಿತ ಅದನ್ನು ಬಿಚ್ಚಿ ನೋಡಬೇಡಿ
ನನ್ನ ನಗುವಿನ ಈ ಮುಖದ ಹಿಂದಿನ
ಸತ್ಯವನು ಖಂಡಿತ ನೀವು ತಿಳಿಯಬೇಡಿ...

ಗಾಯಗೊಂಡ ಸಾಲುಗಳು..

ಮೊದಲ ಸಾಲಿನ ಎದೆಗೆ
ಷೆಲ್‌ಗಳನ್ನು ನುಗ್ಗಿಸಲಾಗಿದೆ
ಅಕ್ಷರಗಳೆಲ್ಲಾ ಚೆಲ್ಲಾಪಿಲ್ಲಿ
ಕೊಂಬು ದೀರ್ಘ ಒತ್ತಕ್ಷರ ಸುಳಿ
ಮುರಿದುಕೊಂಡು ಬಿದ್ದು
ಪದಗಳ ಒದ್ದಾಟ ಕರುಣಾಜನಕ

ಮುಂದಿನ ಸಾಲು ಹೆದರಿ
ಪೇರಿ ಕೀಳಲಿಲ್ಲ
ಎದೆ ಸೆಟಿಸಿ ನಿಂತಿದೆ
ಏನಾಗಬಹುದು ಬಹಳ ಮಾಡಿ
ಯಕಃಶ್ಚಿತ ಒಂದು ಸಾವು?

ಜತೆಗಾರ ಮೊದಲ ಸಾಲೇ
ಇಲ್ಲವಾಗಿರುವಾಗ ತಾನಾದ್ರೂ ಏಕೆ?
ಮಡಿಯುವುದಾದರೆ ಮಾಡಿಯೇ
ಮಡಿಯುತ್ತೇನೆ ಅಂದುಕೊಂಡು
ಮತ್ತಷ್ಟು ಎದೆ ಸೆಟೆಸುತ್ತದೆ

ಕೊಲ್ಲುವವನ ಕಣ್ಣಲ್ಲಿ ಕಣ್ಣಿಟ್ಟು
ಮುಂದಿನ ಒಂದು ಸಾಲನ್ನಾದರೂ
ಅವನ ಎದೆಗಿಳಿಸುವ ಹಟದಲ್ಲಿದೆ
ಕವಿತೆ

ಶೀರ್ಷಿಕೆಯ ಪರದಾಟ
ಕಣ್ಣಲ್ಲಿ ಹನಿ ಹುಟ್ಟಿಸುತ್ತಿದೆ
ಗಾಯಗೊಂಡ ಸಾಲುಗಳನು
ಎಬ್ಬಿಸಿ ಮುದ್ದು ಬಳಿದು

ಬ್ಯಾಂಡೇಜ್ ನೇಯುತ್ತಿದೆ

ಕೊಲ್ಲುವವನ ಕಣ್ಣುಗಳಲ್ಲಿ
ಬರೀ ಯಾರದೊ ಆಜ್ಞೆ ಕಾಣುತ್ತಿದೆ
ಕವನದ ಒಂದು ಸಾಲಾದರೂ
ಇರಬಾರದಿತ್ತೆ ಎದೆಯೊಳಗೆ ಟ್ರಿಗರ್ ಒತ್ತುವ
ಕೈಗಳನ್ನಾದರೂ ನಡುಗಿಸಲು?

ಕವಿತೆಯ ಕೊನೆಯ ಸಾಲು
ತೀರ ತೀರ ಎಳೆಯ ಪೋರ
ಬಾಂಬುಗಳನ್ನು ಲಡ್ಡುಗಳೆಂದು,
ಕಾಡತೂಸುಗಳನ್ನು
ಲಗೋರಿಯ ಬಿಲ್ಲೆಗಳೆಂದು
ತಿನ್ನುತ್ತಾ ಆಡುತ್ತಾ ಮೈ ಮರೆತಿದೆ..

ಎದೆಯೊಡ್ಡಿದ ಸಾಲುಗಳೆಲ್ಲ
ಅರೆಗಣ್ಣು ಮಾಡಿ
ಜೀವ ಚೆಲ್ಲಿರುವಾಗ, ಕವಿತೆಯ
ಹೃದಯ ಆಚೆ ಬಂದು
ರಕ್ತದ ಮಡುವಿನಲ್ಲಿ ಈಜುತ್ತಿದೆ..

ಖೂನಿಯಾದ ಸಾಲುಗಳನ್ನು
ಓದಿ ಓದಿ
ನಿಮ್ಮ ತುಟಿಗಳಿಗೂ
ರಕ್ತ ಮೆತ್ತಿಕೊಂಡಿತೇನೊ!
ಹುಂ, ಒಮ್ಮೆ ಮುಟ್ಟಿನೋಡಿಕೊಳ್ಳಿ..

ಯುದ್ಧ ಮತ್ತು ರಕ್ತ ಸಾಂಕ್ರಾಮಿಕ
ಎಲ್ಲಿಂದ ಎಲ್ಲಿಗೆ ಬೇಕಾದರೂ
ತಲುಪಬಹುದು..!

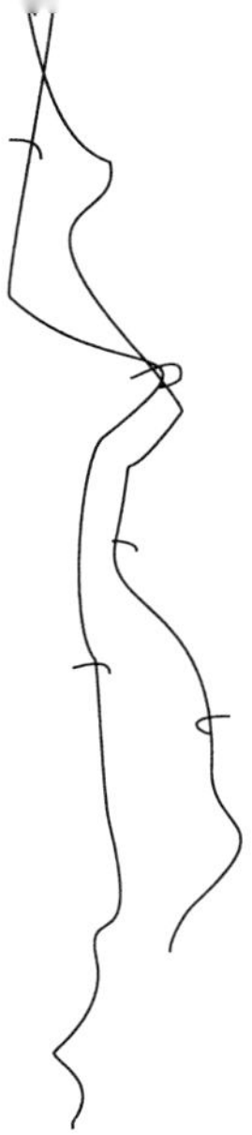

ಕತ್ತಲೆ ಪಾಳಿ..

ದೀಪ ಆರಿಸುವ ವೇಳೆಗೆ
ಮುಚ್ಚಿದ ಕಣ್ಣು
ಕೋಳಿ ಕೂಗುವ ಹೊತ್ತಿಗೆ
ಎರಡೇ ಗಳಿಗೆಗಳು

ಬೆಳಕು ಹರಿದೀತು ಎಂಬ
ಆಸೆ ಇದ್ದರಷ್ಟೆ
ರಾತ್ರಿ ತೀರಾ ಉದ್ದ

ನೋವಿಗೆ ಇಷ್ಟಾದರೂ
ಮುಲಾಮು ಹಚ್ಚುತ್ತಿದ್ದ
ಕನಸುಗಳು ಈಗ
ತೆರೆದೆ ಇರುವ ಕಣ್ಣುಗಳ ಕಂಡು
ಹಾದಿ ಬದಲಿಸಿವೆ!

ರಾತ್ರಿಯ ಸಾಲದ
ನಿದ್ದೆ ತೀರಿಸಲು
ಹಗಲು ಕಣ್ಣು ಮುಚ್ಚಿದಾಗ ಕತ್ತಲು
ರಾತ್ರಿ
ಕಣ್ದೆರೆದರೂ ಕತ್ತಲು!

ರಾತ್ರಿಯ ಮರೆಗೆ ಬಚ್ಚಿಟ್ಟುಕೊಂಡ
ಹಗಲು
ಸದಾ ಅಣಕಿಸುತ್ತದೆ!
ನೆತ್ತರೊಳಗಿನಿಂದ ಮುಂಜಾವಿನ
ಆಸೆಯೊಂದು
ಆತ್ಮಹತ್ಯೆ ಮಾಡಿಕೊಳ್ಳುತ್ತದೆ.

ಎಲ್ಲೊ ಎದ್ದಿರುವ ಜಗತ್ತಿನೊಡನೆ
ಮಾತು ಬೆಳೆಸಲು
ನಿದ್ದೆಯನ್ನು ಹಣೆಯ ಮೇಲಿನ
ಬೆವರಿನಂತೆ ಎಡಗೈಯಿಂದ
ಎಳೆದು ಬಿಸಾಕುವ ಟೆಕ್ಕಿ,
ಗಾಳಿಯನ್ನೂ ಗೇಟಿನಿಂದ
ಆಚೆ ನಿಲ್ಲಿಸಿ ಮಾತಾಡಿ ಕಳುಹಿಸುವ
ಕಾವಲುಗಾರ,
ಕಾಮಟಿಪುರದಿಂದ ಹೊರಬೀಳುವ
ಬಿಕ್ಕಳಿಕೆಯಂತ ಉನ್ಮಾದ,
ಎರಡು ಊರುಗಳನ್ನು ಒಂದೇ
ಒಂದು ರಾತ್ರಿಗಾಗುವಷ್ಟು
ಕಿರಿದು ಮಾಡುವ ಚಾಲಕ..
ಅಯ್ಯೊ ಎಷ್ಟೊಂದು
ಜನ ಬರೀ ಬೆಳಕಿಗಾಗಿ ದುಡಿಯುವವರು!

ಈ ನಗರಗಳಂತೂ
ರಾತ್ರಿ ಮಲಗುವುದೇ ಇಲ್ಲ
ನಿದ್ದೆಗೆಟ್ಟು
ಅವೆಷ್ಟು ರೋಗಿಗಳಾಗಿವೆ
ನೋಡಿ

ಹಗಲು ರಾತ್ರಿಗಳದು
ಒಂದೇ ದಾರಿ
ಅವುಗಳದು ಗರಗಸದ
ಮೊನಚು
ಆಚೆ ಈಚೆ ಸರದಾಡುತ್ತಾ
ಆಯಸ್ಸನ್ನು ಇಷ್ಟಿಷ್ಟೇ
ಕೊಯ್ಯುತ್ತವೆ..

ರಾತ್ರಿಗೆ ಹಗಲಿನ ಹಸಿವು
ಹಗಲಿಗೆ ರಾತ್ರಿಯ ಹಸಿವು
ಪರಸ್ಪರ ತಿಂದುಕೊಳ್ಳುವ
ಸ್ಪರ್ಧೆಗೆ
ಹಿಂಡಿ ಹಿಪ್ಪೆಯಾಗುವುದು
ಬದುಕು ಮಾತ್ರ!

ಕೃಷ್ಣ ಹುಟ್ಟಿದ್ದು ನಡುರಾತ್ರಿಯ
ದಟ್ಟ ಕತ್ತಲಿನಲಿಯಂತೆ,
ಸಿದ್ದಾರ್ಥ ಹೊರಟಿದ್ದೂ
ತಡರಾತ್ರಿಯಲ್ಲೆ..
ಜಗತ್ತು ಮಾತ್ರ ಗಾಢ ನಿದ್ದೆಯಲಿ
ಭೂಮಿಗೆ ದೊಡ್ಡ ದೊಡ್ಡ
ಬೆಳಕು ಬರುವುದು ಹೀಗೆ
ಕತ್ತಲಲ್ಲೇ...'
ರಾತ್ರಿ ಪಾಳಿಯ
ಕಾವಲುಗಾರನೊಬ್ಬನನು
ಕೆಣಕಿದೆ.
ನನಗೆ
ದೊಡ್ಡ ಬೆಳಕು ಬೇಡ ಸ್ವಾಮಿ'
ಕಣ್ಣಿಗೆ ಸಣ್ಣ ನಿದ್ದೆ;
ಅತೀ ಸಣ್ಣದು ಸಾಕು..'
ಅಂದವನ ಕಣ್ಣಲ್ಲಿ
ಹಗಲು ಗಹಗಹಿಸಿ ನಗುತ್ತಿತ್ತು!

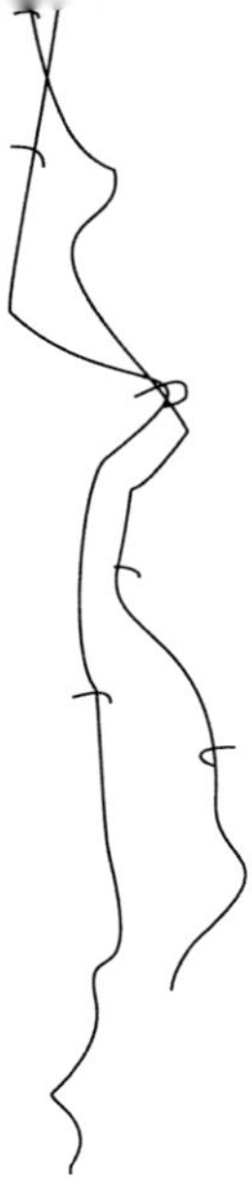

ವೈನು ಮೆತ್ತಿದ ತುಟಿಗಳು..

ನನ್ನನ್ನು ಬೆಚ್ಚಿಬೀಳಿಸುವ
ಪದಗಳಿಂದ ಹೆಣೆದ
ಆ ಕವಿತೆಯ ಪುಸ್ತಕ ಎತ್ತಿಟ್ಟೆ
ಅವು ನನ್ನನ್ನು ಯಾವುದೇ ಸಮಯದಲ್ಲಿ
ಕೊಲ್ಲಬಹುದು..

ಹೊರಗೆ ಮಳೆ ಅಳುತಿದೆ
ಕಣ್ಣೀರಲ್ಲಿ ಮನ ಬೆಚ್ಚಗೆ..

ಫ್ರಿಡ್ಜ್ ನ ಬಾಗಿಲು ತೆರೆದು
ವೈನಿನ ಬಾಟಲು ಹೊರಗೆಳೆದು
ಕಡು ಕಣ್ಣೀರಲಿ ತೊಳೆದ
ನಡು ಸಣ್ಣಗಿನ ಬಟ್ಟಲಿಗೆ
ಸುರಿದುಕೊಂಡೆ
ಢಾಳ ಕೆಂಪನೆ ವೈನು
ತುಟಿ ಕುರಿತಾಗಿ ಅವಳು ಬರೆದ ಕವಿತೆ ಸಾಲು
ನೆನಪಾಗಿ ತಿವಿಯಿತು ಬಟ್ಟಲಿನ ಅಂಚು..

'ವೈನು ಒಳ್ಳೆಯದಲ್ಲ' ಇದು ಶಾಸನ ವಿಧಿಸಿದ
ಎಚ್ಚರಿಕೆ!!

ಕವಿತೆಯನ್ನ ಯಾಕೆ ಇನ್ನೂ ಹೊರಗಿಟ್ಟಿದ್ದಾರೆ!?
ಯಾಕೆ ಯಾರೂ ದೂರು ನೀಡಿಲ್ಲ..!
ಸರ್ಕಾರದ ಮೌನಕ್ಕೆ ನನ್ನ ಧಿಕ್ಕಾರ.!!

ಮೂಗು ಮುಚ್ಚಿಕೊಂಡು ಟವಲು
ಮರೆಯಲಿ ಕುಡಿಯಬಾರದು ವೈನು
ಬೆವರ ಹನಿ ಬೆನ್ನಲ್ಲಿ ಹುಟ್ಟಿ ಹೊಟ್ಟೆ ಮೇಲೆ
ಬಿದ್ದು ಅಲ್ಲಿಂದ ಸೊಂಟ ಬಳಸಿ
ಜಾರುವಂತೆ
ಒಳಗಿಳಿಯಬೇಕು
ಕವಿತೆಯಾದರೇನು..,
ವೈನಾದರೇನು..

ಕವಿತೆಯ ಸಾಲುಗಳಿಂದ ತಿವಿಸಿಕೊಂಡು
ಯಾವುದೊ ಪುಟದಲ್ಲಿ
ಪ್ರಜ್ಞೆ ತಪ್ಪಿ ಬೀಳಬಹುದು
ವೈನು ಕೂಡ ಕೆಡವಬಹುದು
ಬಿದ್ದವನಷ್ಟೆ ಏಳಬಹುದು..
ಕವಿತೆಗೆ ಸೋತವನಿಗೆ ಮುಕ್ತಿ ಎಲ್ಲಿ!?

ಅವಳ ಕವಿತೆ ಓದಿದ ತುಟಿಗಳು
ಗಾಯಗೊಂಡಿವೆ
ವೈನು ಅವುಗಳ ಸಾಂತ್ವನಕಿಳಿದಿದೆ
ಶ್.. ಸುಮ್ಮನಿರಿ
ಹೊರಗೆ ಮಳೆ ಅಳುತ್ತಿದೆ
ಕಣ್ಣೀರಲಿ ಮನ ಬೆಚ್ಚಗಿದೆ
ಬಟ್ಟಲಲಿ ವೈನಿದೆ
ತುಟಿಗೆ ಕವಿತೆಗಳಿವೆ..

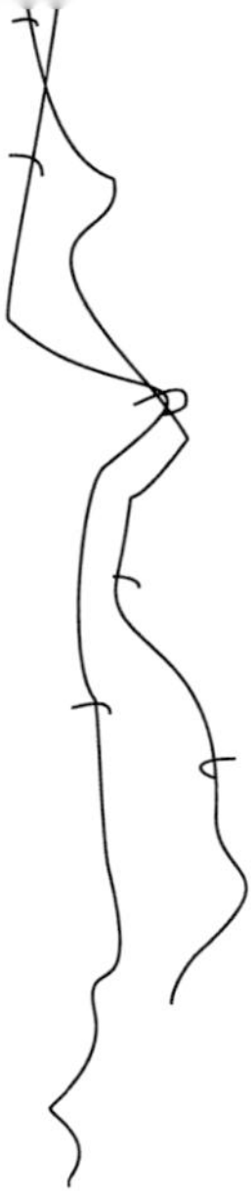

ನೆತ್ತರಿನಲಿ ಅದ್ದಿದ ಗುಲಾಬಿ..

ಪ್ರತಿಬಾರಿಯೂ ಸಣ್ಣಗೆ ಬೆವರುತ್ತೇನೆ
ಒಮ್ಮೊಂದೊಮ್ಮೆಲೆ ಮೂಗಿಗೆ ಬಂದು
ಬಡಿಯುವ
ಸ್ಪಿರಿಟ್ ಫಿನಾಯಿಲ್ ಮಾತ್ರೆ ಮದ್ದಿನ
ಕಮ್ಮನೆ ವಾಸನೆಗಳು
ನರದೊಳಗೆ ಹರಿದಾಡುತ್ತವೆ..

ಹಾದಿಯಲ್ಲಿ ನಾಲ್ಕು ಹೆಜ್ಜೆ
ಸವೆಸುವ ಹೊತ್ತಿಗೆ
ರಾತ್ರಿ ಪಾಳಿಯ ದಾದಿ
ಹೊರಬರುತ್ತಾಳೆ
ನಿದ್ದೆಗೆಟ್ಟ ಅವಳ ಕಣ್ಣುಗಳಲಿ
ರೋಗಿಗಳ ನಿಟ್ಟುಸಿರು
ಓದಿಕೊಳ್ಳುತ್ತೇನೆ..

ರೊಯ್ಯನೆ ಓಡಿಬಂದ
ಆಂಬುಲೆನ್ಸ್ ನ ಸದ್ದಿಗೆ
ಆಸ್ಪತ್ರೆಯ ವರಾಂಡದಲ್ಲಿ
ಗೋಡೆಗೆ ನೇತುಹಾಕಲಾದ
ಚಿತ್ರದೊಳಗಿನ ಮಗು
ಬೆಚ್ಚಿಬೀಳುತ್ತದೆ

ಮೂರನೇ ರೂಮಿನಲ್ಲಿ
ಕೂತ ವ್ಯಕ್ತಿಯೋರ್ವ
ಹೆಗಲಿಗೆ ಸ್ಟೆತೊಸ್ಕೋಪ್
ತಗಲಿಸಿಕೊಂಡು
ವಿಧಿಯೊಂದಿಗೆ ಶರಂಪರ
ಜಗಳವಾಡಲು ಸಿದ್ಧನಾಗಿದ್ದಾನೆ..

ಆಸ್ಪತ್ರೆಯ ಹೊಸ್ತಿಲು
ತುಳಿಯುವವರ ಮುಖದಲ್ಲಿ
ತರಹೇವಾರಿ ಆತಂಕಗಳು
ಬದುಕಿನ ಅಷ್ಟೂ ತಲ್ಲಣಗಳು
ಇಲ್ಲಿ ಮಾತ್ರ ನೆರೆದಿವೆ..

ರಕ್ತ ಮೂತ್ರ ಮೂಳೆ ಮಾಂಸಗಳ
ಪರೀಕ್ಷೆಗೆ ನೀಡಿ ಕೂತವರ
ಕ್ಷಣಗಳನ್ನು ಯುಗಗಳಲ್ಲಿ ಅಳೆಯಲಾಗುತ್ತದೆ
ಅವರ ಎದೆಯ ಸದ್ದು ಹೊರಗೆ
ಗುಡುಗಿನಂತೆ ಕೇಳಿಸುತ್ತದೆ..

ಜನರಲ್ ವಾರ್ಡಿನಿಂದ
ಹೆಣವೊಂದನ್ನು ಸಾಗಿಸುವ
ಹೊತ್ತಿನಲ್ಲೇ
ಹೆರಿಗೆಯ ಮನೆಯಿಂದ
ಮಗುವೊಂದು ಕಿಟಾರನೆ ಕಿರುಚಿ
ಜಗತ್ತಿಗೆ ಬಂದಿದ್ದನ್ನು ಸಂಭ್ರಮಿಸುತ್ತದೆ

ಸಾವಿನೊಂದಿಗೆ ಹೋರಾಡಿ ಗೆದ್ದ
ದೊಡ್ಡಮೊತ್ತವು
ನಾಳೆಗಳನ್ನು ಮಂಕಾಗಿಸುತ್ತದೆ
ದುಬಾರಿ ಬಿಲ್ಲುಗಳು
ಮತ್ತೊಂದು ರೋಗವಲ್ಲದೆ
ಇನ್ನೇನು?

ಸತ್ತವರ ಆತ್ಮಗಳ ಪಿಸುಗಾಟ
ಬದುಕಿದಂತಿರುವವರ ನೋವಿನ
ನಿಟ್ಟುಸಿರು
ಬದುಕಲಾಗದವರ ಸಂಕಟ
ಎಲ್ಲವೂ
ನನಗೆ ಉಸಿರುಗಟ್ಟಿಸುತ್ತವೆ..

ಸಾವು ಗೆಲ್ಲುವ ಹೊಡೆದಾಟದಲಿ
ತರಚುಗಾಯಗಳೆಷ್ಟೋ!
ಬದುಕಿನ ನಶ್ವರತೆಯ ಬೋಧನೆಯೆಷ್ಟೋ!
ಮತ್ತೆ ಮತ್ತೆ ಮೂಡಿದ ಭರವಸೆಗಳೆಷ್ಟೋ!

ನಿತ್ಯ ಆಸ್ಪತ್ರೆಯ ಮುಂಭಾಗದಲ್ಲಿ
ಅರಳುವ
ಕಡು ನೆತ್ತರಿನ ಗುಲಾಬಿಯ ಬಣ್ಣ
ಒಮ್ಮೆಯಾದರೂ ಬಿಳಿಯಾಗಲಿ
ಹಸುರಾಗಲಿ ನೀಲಿಯಾಗಲಿ
ಎಂದು ಆಶಿಸುತ್ತೇನೆ
ಆದರೆ
ಮತ್ತೆ ಮತ್ತೆ ನೆತ್ತರಿನಲಿ ಅದ್ದಿದ
ಗುಲಾಬಿ ಅರಳುತ್ತಲೇ ಇರುತ್ತದೆ..

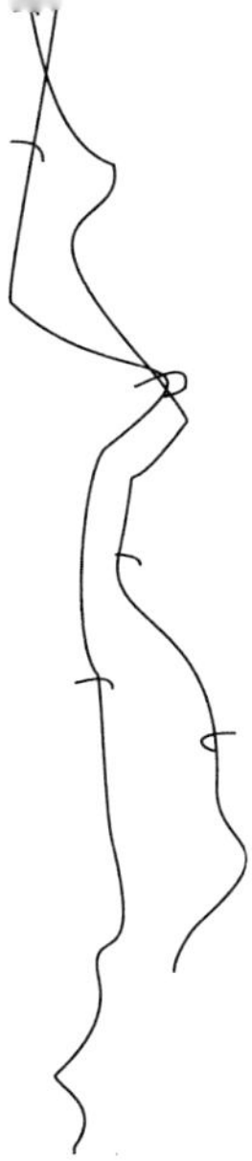

ಅಪ್ಪ ತೊಟ್ಟ ಗಾಯಗಳು

ಅಪ್ಪನು ತೊಟ್ಟ ಹಳೆಯ
ಬನಿಯನ್ನಿನ
ನಾಲ್ಕಾಣೆ ಗಾತ್ರದ
ತೂತುಗಳಲ್ಲಿ
ಎಂದೂ ಕಾಣಸಿಗದ
ಅವನ ಜಿದ್ದುಗಳನ್ನು
ಹುಡುಕುತ್ತೇನೆ..

ಅವು ಬರೀ ತೂತುಗಳೊ
ಬದುಕು ಮಾಡಿದ ಗಾಯಗಳೊ
ಉತ್ತರಿಸದ ಅಪ್ಪ
ಮೌನಿ!

ಉಳಿದೆ ಇರುವ ಗಾಯ
ಮತ್ತು
ಬಾಳಲೇಬೇಕಾದ
ದರ್ದುನ್ನು
ಅಪ್ಪ ಸುಖಿಸುತ್ತಿದ್ದ..

ಹರಿದ ಬನಿಯನ್ನಿನ ಅಪ್ಪ
ಹೊಸ ಬನಿಯನ್ನಿನ ತಂದೆ
ಎರಡರಲ್ಲೂ ಯಾವ ವ್ಯತ್ಯಾಸವೂ
ಇರಲಿಲ್ಲ!

ಅಸಲಿಗೆ ಬಟ್ಟೆಯಿಂದ
ಮುಚ್ಚಿಕೊಂಡು ಮಾನ
ಗಳಿಸುವುದು ತೀರಾ ಮುಖ್ಯವೆಂದು
ಆತ ಭಾವಿಸಿದಂತಿರಲಿಲ್ಲ!

ಹರಿದ ತೂತುಗಳಲ್ಲಿ
ಬಿದ್ದ ಮಳೆ ಹನಿಗಳನು
ಎಣಿಸುತ್ತಿದ್ದ
ಬಿಸಿಲಿನ ತಾಪ ಅಳೆಯುತ್ತಿದ್ದ
ಚಳಿಯನ್ನು ಗ್ರಾಂಗಳಲಿ
ತೂಗುತ್ತಿದ್ದ!

ಅಲಮಾರಿನಲಿ ಅಪ್ಪನಿಗೆಂದೆ
ತಂದ
ಅಂಗಿಗಳು ಎಷ್ಟೊಂದು!
ಒಂದಾದರೂ ತೊಡಲಿಲ್ಲ
ದೂರ ಸರಿಯುತ್ತಿದ್ದ
ಕಡಿಸಿಕೊಂಡಂತೆ ಚೇಳು..

ಅಕ್ಕನ ಮದುವೆಗೆ
ಊರಿನ ತೇರಿಗೆ ಆಸ್ಪತ್ರೆಗೆ
ಅಪ್ಪನೊಂದಿಗೆ
ಸೇಡು ತೀರಿಸಿಕೊಂಡಿದ್ದು ಮಾತ್ರ
ಒಂದು ಬಿಳಿಯ ಅಂಗಿ!

ಗಾಂಧಿಯಾದರೂ ಯಾಕೆ
ತೊಟ್ಟಿದ್ದರು ತುಂಡು ಬಟ್ಟೆ?
ಮತ್ತೆ
ಈಗ ಅಪ್ಪನು!

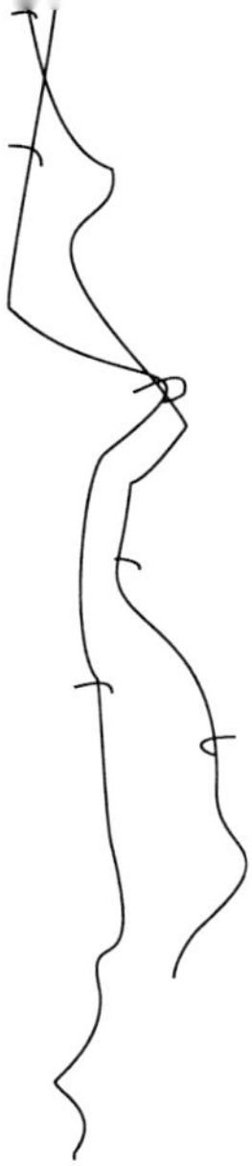

ಸಂಕಟ ಬರೀ ಪದಗಳದ್ದಲ್ಲ!

ನಿಮಗೆ ಗೊತ್ತಾ?
'ಅಲ್ಲದೆ'
'ಆದರೆ'

ಈ ಪದಗಳನು ಬಳಸುವುದು
ಎಷ್ಟು ಸುಲಭ;
ದ್ವಂದ್ವವೇ ಇಲ್ಲ.

'ಬಳಿಕ' ಸರಿಯೊ?
'ಆಮೇಲೆ' ಸರಿಯೊ?

ಇದು ಸ್ವಲ್ಪ ಕಷ್ಟವೇ ಬಿಡಿ..

'ಆಮೇಲೆ'
'ಅನಂತರ'
ಇವರೆಡನ್ನೂ ಬಳಸೋದು
ಎಲ್ಲಿ? ಹೇಗೆ? ಕಷ್ಟ ಕಷ್ಟ!

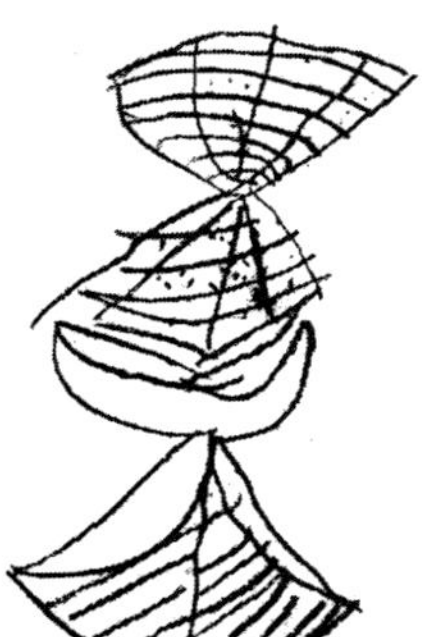

'ಮತ್ತು'
'ಹಾಗೂ'
ಇವುಗಳನ್ನು...!?
ಉಫ್..ಖಂಡಿತ ಸುಲಭವಿಲ್ಲ..

ಯಾವುದು ಸುಲಭ? ಯಾವುದು ಕಷ್ಟ?

ಸಂಕಟ ಬರೀ ಪದಗಳದ್ದಲ್ಲ
ಬದುಕಿನದ್ದು
ಅದರಾಚೆಗಿನದ್ದೂ!

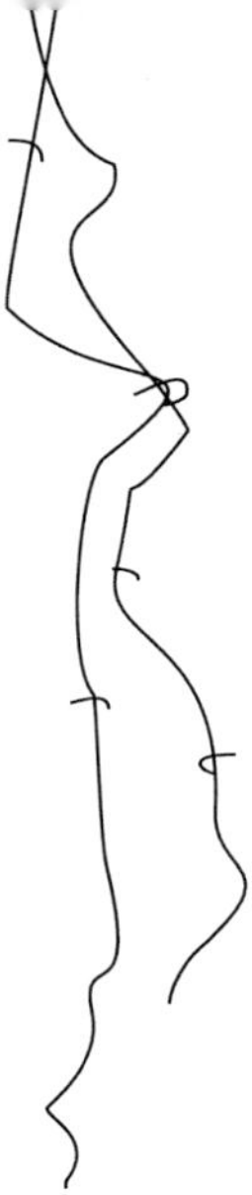

ಊರು ಸೇರದ ಬಸ್ಸನ್ನು ಯಾರೂ ಹತ್ತುವುದಿಲ್ಲ..

ಖಾಕಿ ಬಣ್ಣಕ್ಕೊಂದು ಗತ್ತಿದೆ
ಅದನು ತೊಟ್ಟ ಅವನಿಗೂ;
ಗಂಟಲಲ್ಲಿ ಹಿಡಿ ಹುರುಪು
ಜೊತೆಗೆ
ಹೋಗುವ ಊರುಗಳ ನೆನಪು
ಖಾಲಿ ಬಸ್ಸೊಂದನ್ನು
ನಿಲ್ಲಿಸಿಕೊಂಡು
ಕೂಗುತ್ತಾನೆ
ಶಿವಮೊಗ್ಗ ಸಾಗರ ಕಾರವಾರ ಶಿರಸಿ..
ಹೀಗೆ ತರಹೇವಾರಿ
ಅದೊಂದು ಯಾರಿಗೂ ಸಿದ್ಧಿಸದ
ರಾಗಬದ್ಧ ದನಿ
ನೀವು ಅಲ್ಲಿ ಹುಡುಕಬಹುದು
ಹಸಿವು ವಿಷಾದ ಆಸೆ ಹೀಗೆ ಹತ್ತೆಂಟು

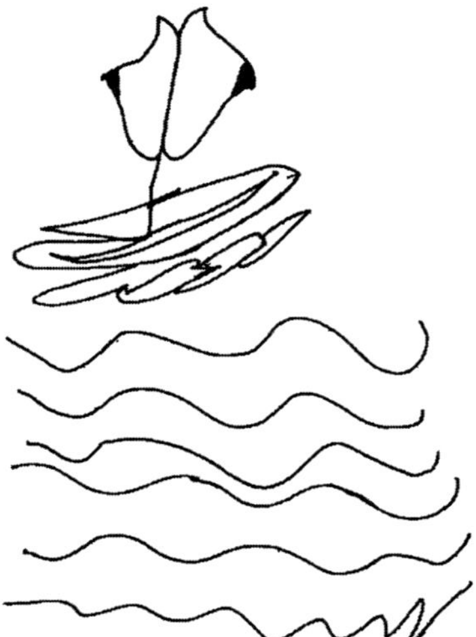

ಕಾದು ಕೂತವರ
ಹೃದಯದ ಕೋಣೆಯ ಬಾಗಿಲುಗಳನ್ನು
ತಾನು ಕೂಗುವ
ಹೆಸರಿಂದಲೇ ಬಡಿಯುತ್ತಾನೆ
ನೆನಪುಗಳ ತಿಜೋರಿ
ಒಡೆಯುತ್ತಾನೆ

ಬ್ಯಾಗಿನಲ್ಲಿ ಬದುಕು ತುಂಬಿಕೊಂಡು
ಹೊರಟವರು
ಯಾರು ಯಾರಿಗೋ ಕಾದವರು
ಊರು ಬಿಟ್ಟವರು
ತಪ್ಪಿಸಿಕೊಂಡವರು
ತಪ್ಪಿಸಿಕೊಳ್ಳಲು ಬಂದವರು..
ಎದ್ದ ಊರಿನ ಹೆಸರುಗಳ
ಸಂತೆಯಲ್ಲಿ
ತಮ್ಮ ತಮ್ಮನ್ನು ಹುಡುಕಿಕೊಳ್ಳಲು
ತೊಡಗುತ್ತಾರೆ
ಕ್ಷಣಮಾತ್ರಕ್ಕೆ ಯೋಚನಾಲಹರಿಯನ್ನೇ
ಹರಿಬಿಟ್ಟ ಆ ಖಾಕಿ ಅಂಗಿಯವ
ಅವಧೂತನಂತೆ ಕಾಣಿಸುತ್ತಾನೆ.

ಬಸ್ಸು ಚೆಂದವಿದೆ ಎಂದ ಮಾತ್ರಕ್ಕೆ
ತನ್ನ ಊರು ಸೇರದ ಬಸ್ಸನ್ನು
ಯಾರೂ ಹತ್ತುವುದಿಲ್ಲ
ತುಂಬಾ ಹಣವಿದೆ ಎಂದು
ಊರಿನ ದರಕ್ಕಿಂತ
ದೊಡ್ಡ ಮೊತ್ತದ ಟಿಕೇಟನ್ನು
ಯಾರೂ ಖರೀದಿಸುವುದಿಲ್ಲ
ಆತ ಇದೆಲ್ಲವನ್ನೂ ಹೇಳಿಯೂ
ಹೇಳದೆ ತನ್ನ ಪಾಡಿಗೆ ತಾನು
ಒಲಿದ ಹಾಡಿನಂತೆ ಊರಿನ
ಹೆಸರುಗಳನ್ನು ಕೂಗುತ್ತಲೇ ಇರುತ್ತಾನೆ
ಕೇಳಿಸಿಕೊಂಡವರ ಮನದೊಳಗೆ
ಅಲೆಗಳು ಏಳುತ್ತಲೇ ಇರುತ್ತವೆ...

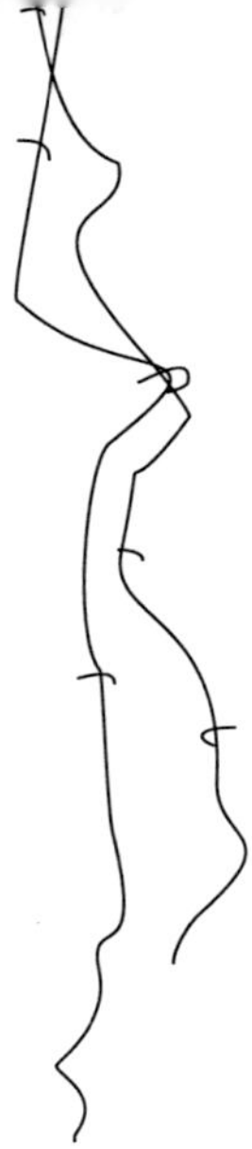

ಕಟ್ಟಳೆಯೊಳಗೆ..

ಅವನು ನೆರಿಗೆ ಮಡಚಿ
ನಿನ್ನ ಸೊಂಟಕ್ಕೆ ಸಿಕ್ಕಿಸುವಾಗ
ಅಲ್ಲೆಲ್ಲಾ
ನನ್ನ ಬೆರಳುಗಳ ಗುರುತಿದೆ
ಬಚ್ಚಿಡು..

ಎದೆಯೊಳಗೆ
ಯಾವುದೊ ಕೋಣೆಯಲಿ
ಅವನು ದೀಪ
ಹಚ್ಚುವಾಗ
ನಾನು ಬಿಟ್ಟುಬಂದ ಅಂಗಿ
ಕಂಡೀತು, ಎತ್ತಿಡು..

ಕೆನ್ನೆಗೆ ಬಂದವನು
ತುಟಿಗೆ ಬರುವುದು ದೂರವಿಲ್ಲ
ನನ್ನ ಹಲ್ಲಿನ ಗುರುತುಗಳಿವೆ;
ಗಾಢ
ಬಣ್ಣ ಬಳಿದುಕೊ..

ತುಸು ಪೋಲಿತನಕೆ ಅವನು
ಹಿಂದಿನಿಂದ ನಿನ್ನ ಕಣ್ಣು
ಮುಚ್ಚಬಹುದು
ಆ ಕ್ಷಣದ ನೀರವ ಮೌನದಲಿ
ನನ್ನ ಹೆಸರು ಬಂದೀತು
ತುಟಿ ಕಚ್ಚಿ ಹಿಡಿ...

ಯಾರದೊ ಕಟ್ಟಳೆಯೊಳಗೆ
ನಾವು ತೂರಿಸಿಕೊಂಡಿರುವಾಗ
ನಮ್ಮ ಒಲವಿಗಾಗಿ
ಇಷ್ಟಾದರೂ ದುಡಿ...

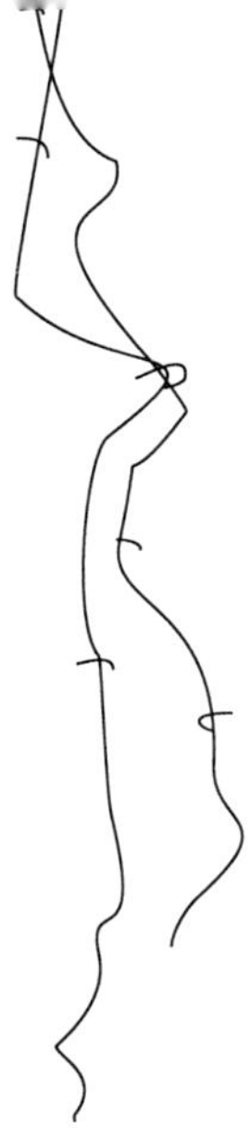

ಯಾರದೊ ಎದೆಯಿಂದ ತಪ್ಪಿಸಿಕೊಂಡ ಹಕ್ಕಿಯೊಂದು....

ನಿನ್ನ ದಿನಗಳಿಗೆ ಸಿಡಿಲು ಬಾರಿಸಿರಬಹುದು
ಗಂಟಲೊಳಗೆ ತುಂಡು ಮೋಡ
ಸಿಕ್ಕಿ ಹಾಕಿಕೊಂಡಿರಬಹುದು
ಉಸಿರೇ ಬಿರುಗಾಳಿಯಾಗಿ ಕಾಡುತ್ತಿರಬಹುದು..

ಸಮಾಧಾನಿಸು, ಮಳೆ ದೂರವಿಲ್ಲ
ನಜ್ಜುಗುಜ್ಜಾದ ಎದೆಯೊಳಗೆ ಹರಿಯಬಹುದು
ಕಾಲುವೆ ತೊರೆ ಹಳ್ಳಗಳೂ..

ನೆಲ ಹದವಾಗಬಹುದು
ಕಾದು ಕಾದು ಸವೆದು ಹೋದ ಮೂಳೆಗಳ
ಹೂಡು
ಉಳು
ಬಚ್ಚಿಟ್ಟ ಕನಸುಗಳು ಮೇಲೇಳಬಹುದು..

ಕಳೆಗಿಡಗಳು ಇಂತಹ ಮಳೆಗಾಗಿ
ಕಾಯುತ್ತವೆ
ನೀನೆ ಹುಡುಕು ಮತ್ತು
ಬಾಗಿ ಬೇರು ಸಮೇತ ಕಿತ್ತು ಬಿಡು..

ಕಾಲುವೆಯಲ್ಲಿ ಬಿದ್ದ ಚಂದ್ರ ಚೂರು ಚೂರಾಗಿ
ಒಡೆದು ಹೋಗಿರಬಹುದು
ಕತ್ತೆತ್ತಿ ನೋಡು ಅಸಲಿ ಚಂದಿರನನು
ಧಾವಂತಕ್ಕೆ ಬೀಳಬೇಡ
ಇಲ್ಲಿ ಬಿಂಬಕೂ ಬದುಕಿಗೂ ವ್ಯತ್ಯಾಸವಿದೆ..
ಸುರಿದ ಹನಿಗೆ ದಾರಿಗಳು
ಅಳಿಸಿಹೋಗಿರಬಹುದು
ಹೊಸ ಹೆಜ್ಜೆಗಳನು ಕಿತ್ತಿಡು
ಹೊಸ ದಾರಿಯಲಿ ಹೊಸದೆ ಇರುತ್ತದೆ
ಮಳೆಗೆ ನಿನ್ನದೊಂದು ಧನ್ಯವಾದ ಹೇಳು..

ಸತತ ಗಾಳಿಗೆ ಬಾಗದ ಬಳ್ಳಿಯೊಂದು
ನಿನ್ನೊಳಗೆ ಇನ್ನೂ ತೊನೆಯುತಿದೆ
ಎದೆಯಿಂದ ಚಾಚಿ ಗಂಟಲಲ್ಲಿ ನುಸುಳಿ
ಮುಖದಲ್ಲಿ ಹೂ ಅರಳಿಸಬಹುದು
ನೀನು ಕಾಯಬೇಕಷ್ಟೆ
ಬೇರುಗಳೊಂದಿಗಿನ ಚೆಲ್ಲಾಟ ನಿಲ್ಲಿಸು..

ಯಾರದೊ ಎದೆಯಿಂದ ತಪ್ಪಿಸಿಕೊಂಡ
ಹಕ್ಕಿಯೊಂದು
ತೊಪ್ಪೆಯಾಗಿ ನಡುಗುತ್ತಾ
ನಿನ್ನ ಸೇರಬಹುದು
ಹಿಡಿ ಪ್ರೀತಿ ಕೊಡು ತಿಂದು ಗರಿ ಅಗಲಿಸಿ
ಕೂರಬಹುದು..

ಹೌದು ಇಷ್ಟೆ..
ನಿನ್ನ ದಿನಗಳಿಗೆ ಸಿಡಿಲು ಬಾರಿಸಿರಬಹುದು
ಮತ್ತು
ನೀನು ಬಾರಿಸಲಿ ಬಿಡು ಎಂದೆನ್ನಬಹುದು..!

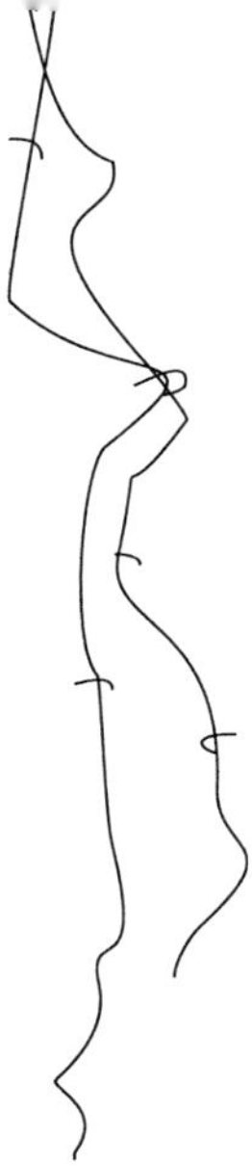

ಗೋರಿ ಅಲ್ಲ ರೆಂಜೆ ಗಿಡ..

ನಮ್ಮ ನಮ್ಮ ಗೋರಿಗಳಿಗಾಗಿ
ನಾವಿಬ್ಬರೂ ಸೇರಿಯೇ ತೆಗೆದ ಗುಂಡಿ
ಗೋರಿಗಳಾಗುವ ಹೊತ್ತಿಗೆ
ಏನೆನಿಸಿತೊ ನೀನು ಎದ್ದು ಹೋದೆ
ಒಬ್ಬನೆ ಮಣ್ಣಾಗಲು ಬೇಜಾರಾಗಿ ನಾನೂ ಸುಮ್ಮನಾದೆ
ಗುಂಡಿ ಮಾತ್ರ ಅನಾಥ..

ನೀನು ಹೋದ ಎಷ್ಟೊ ದಿನಕೆ
ಗೊತ್ತಾದದ್ದು ಅದು ನನ್ನದೆ ಎದೆಯೊಳಗೆ
ನಾನೇ ತೋಡಿದ್ದು ಮತ್ತು ನೀನು ಮಣ್ಣು
ತೆಗೆದದ್ದೆಂದು..

ಹೋದಲೆಲ್ಲಾ ಹೊತ್ತು ತಿರುಗುವುದು
ಹಿಂಸೆಯಾಗಿ ಆ ಹಾಳು ಗುಂಡಿಗೆ
ಒಂದು ದಿನ ನನ್ನಿಷ್ಟದ ರೆಂಜೆ ಗಿಡ ತಂದು ನೆಟ್ಟೆ..

ಗಿಡ ಬೆಳೆಸುವುದು ಪ್ರೀತಿಸುವುದಕ್ಕಿಂತ ಸುಲಭ
ಕೆಲವೇ ದಿನಗಳಲ್ಲೇ ನನ್ನೊಳಗೆ
ನನ್ನನ್ನು ಮೀರಿ ಬೆಳೆಯಿತು
ಅದರ ನೆರಳಿಗೆ ನನ್ನ ತಲೆ ತಂಪೋ ತಂಪು

ಒಂದೊಂದು ಎಲೆ ಒಂದೊಂದು ಹಾಡು
ಕೊಂಬೆ ಕೊಂಬೆಯಲ್ಲು ಜೊಂಪೆ ಜೊಂಪೆ ಹೂ
ಹೀಚು ಕಾಯಿ ಹಣ್ಣು
ಓಹ್ ಎಷ್ಟೊಂದು ಅಳಿಲು
ಹಕ್ಕಿ ಗೂಡು ಮೊಟ್ಟೆ ಚಿಲಿಪಿಲಿ ಮರಿಗಳು
ಅಬ್ಬಾ ನಾನೊಂದು ನಡೆದಾಡುವ ಕಾಡು

ಕಿಸೆ ತುಂಬಾ ಹೂವು ತಲೆತುಂಬಾ ನೆರಳು
ಕಿವಿ ತುಂಬಾ ಹಕ್ಕಿ ಹಾಡು
ಆಗಾಗ ಕಚಗುಳಿಗೆ ಇದ್ದೆ ಇವೆ ಅಳಿಲು
ಅಯ್ಯೊ ಇದೇನು ಮಕ್ಕಳಾಟ
ನೋಡಿದವರ ಹುಯಿಲು
ಅರೆ ನನಗೆಷ್ಟು ವಯಸ್ಸು?
ಎಲ್ಲಾ ಮರೆತೆ ಹೋಗಿದೆಯಲ್ಲಾ..!

ಅದ್ಯಾರು ಹುಡುಗಿ ಗುಂಡಿ ತೋಡಲು
ಸಹಕರಿಸಿದ್ದಳಲ್ಲ
ಮಣ್ಣು ತೆಗೆದು ತೆಗೆದು ಬೆವೆತಿದ್ದಳು ಪಾಪ
ಅವಳೇನಾದ್ರೂ ಇತ್ತ ಬಂದರೆ ನಾಲ್ಕು
ರಂಜೆ ಹೂವಾದರೂ ಕೊಡಬಹುದಿತ್ತು!

ಈ ಮರದ ಸಹವಾಸದಿಂದ ಏನು
ಬರೆದರೂ ಕವನದ ಸಾಲುಗಳಂತೆಯೆ
ಕಾಣಿಸುತ್ತವೆ
'ರೆಂಜೆ ಹೂವುಗಳಿವೆ ಬಾ ಹುಡುಗಿ
ನಿನ್ನ ಬೆವರ ಹನಿಗಳು ವ್ಯರ್ಥವಾಗಿಲ್ಲ..'
ಅನ್ನುವ ಸಾಲೊಂದನು ಅವಳಿಗೆ
ತಲುಪಿಸುವ ಹುಕಿಯಿದೆ
ಅವಳಿಗಿದು ಕವನದಂತೆ ಕಂಡರೆ
ಅದು ಅವಳ ಅದೃಷ್ಟ
ಬರೀ ಸಾಲುಗಳಂತಾದರೆ ಅದು ನನ್ನ
ಅದೃಷ್ಟ..

ನನ್ನ ಈ ತಿಕ್ಕಲುತನಕ್ಕೆ
ರೆಂಜೆ ಹೂವುಗಳು ನಗುತ್ತಿವೆ
ಅದೊ! ಅದೊ! ಕೇಳಿಸಿಕೊಳ್ಳಿ...

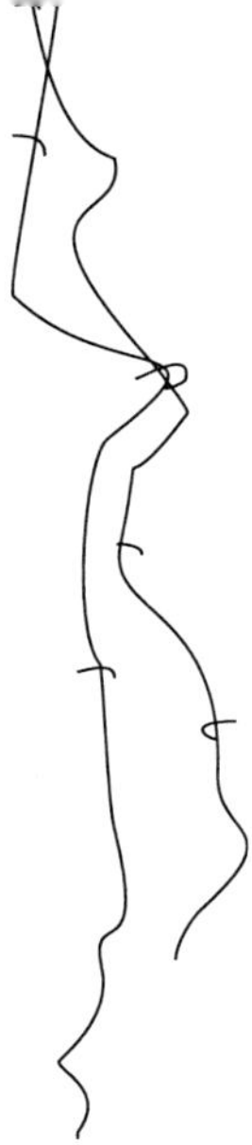

ಒಂದೆರಡು ಚಿಲ್ಲರೆ ನೋಟಗಳು..

ಜಗತ್ತಿನ ಅಂಚಿಗೆ ಬಂದು ನಿಂತ
ಧಾವಂತ ನಿನ್ನದು
ಚೂರು ಮುಗ್ಗರಿಸಿದರೆ
ಎಲ್ಲಿ ಸಶರೀರವಾಗಿ ಸ್ವರ್ಗಕೆ
ಬಿದ್ದುಬಿಡುವೆಯೊ ಏನೊ

ಆ ಲಜ್ಜೆ ಆ ಗೆಜ್ಜೆ
ಕಿವಿಯೋಲೆಯ ತೇರು
ತುಸು ಜಾಸ್ತಿಯೆ ಸುತ್ತಿಕೊಂಡ
ಮುಂಗುರುಳು
ದುಪ್ಪಟದ ಅಂಚಲ್ಲಿ ಇನ್ನೂ
ಅರಳಿರದ ಮೊಗ್ಗು
ನಿನ್ನ ಕಣ್ಣಲ್ಲಿರುವ ಭಯವೂ
ಒಂದು ಹಿಗ್ಗು..

ಕಡುಕಪ್ಪಿನ ರಸ್ತೆ
ಇನ್ನೇನು ಬಂದುಬಿಟ್ಟಿತು ಅನ್ನುವ
ಬಸ್ಸಿನ ಸುಳಿವು
ಆ ಅಂಗಡಿ ಮುಂಗಟ್ಟುಗಳು
ಒಂಟಿ ಮರ ಒಂದೆರಡು ಹಕ್ಕಿ
ಬುಟ್ಟಿಯಲಿ ಸೀಬೆ ತುಂಬಿಕೊಂಡ
ಅಜ್ಜ ಮತ್ತು
ಎಲ್ಲದರಲ್ಲೂ ಇಷ್ಟಿಷ್ಟೆ ಹಂಚಿಹೋದ
ಆ ನೀನು
ನೀವೆಲ್ಲಾ ಯಾವ ಎಳೆಯಲ್ಲಿ
ಬಂಧಿಸಿಕೊಂಡಿದ್ದೀರಿ ಅಲ್ಲಿ
ಒಂದು ಸ್ವಚ್ಛ ಜಲವರ್ಣದಂತೆ
ಸುಮ್ಮನೆ ನಿಂತ ಕೊಳದ ನೀರಂತೆ.

ನನಗೆ ಗೊತ್ತು ಒಂದೆರಡು
ಚಿಲ್ಲರೆ ನೋಟಗಳು ನಿನ್ನ ಕಣ್ಣನ್ನು
ಪದೇಪದೇ ತಾಕಿದರೆ ಸಾಕು

ಜಲವರ್ಣದ ಮೇಲೆ ನೀರು ಚೆಲ್ಲುತ್ತದೆ
ಕಲ್ಲು ಬಿದ್ದ ಕೊಳ ಅಲೆಯೇಳಿಸುತ್ತದೆ..

ಆಮೇಲೆ ನಾನೂ ಇಲ್ಲ
ನೀನೂ ಇಲ್ಲ
ಒಟ್ಟಂದವೂ ಇಲ್ಲ..

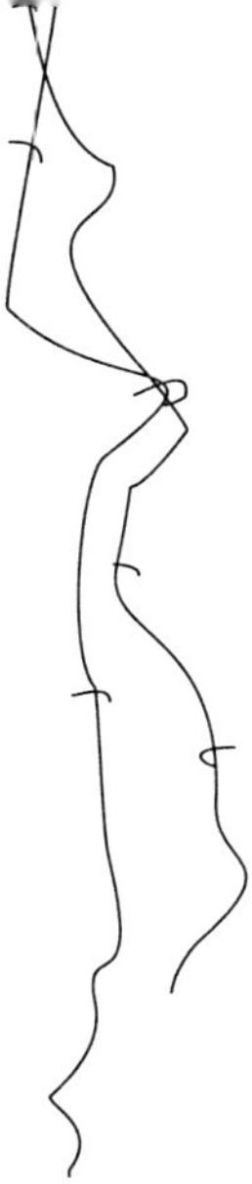

ಜಾತ್ರೆ ಮುಗಿದ ಮಾರನೆಯ ದಿನ

ಜಾತ್ರೆ ಮುಗಿದ ಮಾರನೆಯ ದಿನ
ವಿಷಣ್ಣ ಮೌನ..

ಒಡೆದ ಬಲೂನಿನಿಂದ ಚಿಮ್ಮಿದ
ಮಾರುವವನ ಉಸಿರು–
ಹೆಸರೇ ಕೇಳದೆ ಕೊಂಡುಹೋದ ಮಂದಿ,
ಮಾರನೆ ದಿನಕ್ಕಿಲ್ಲದ ದಿನಸಿ
ಅದದೆ ಗಾಳಿಯನ್ನ ಮತ್ತೆ ಉಣ್ಣುತ್ತಾನೆ–

ಪೋರ ಬೀಳಿಸಿಕೊಂಡು ಹೋದ ಪೀಪಿ
ಯಾರದೊ ಕಾಲಿಗೆ ಸಿಕ್ಕಿ
ತುಂಡಾಗಿ ರೋಧಿಸುತ್ತಿದೆ..
ತುಳಿದವರ ಪಾದದ ಗೆರೆ ಮೂಡಿ–

ತೇರಿನ ಕೊರಳಿನಿಂದ ಬಿದ್ದ ಹಾರವನ್ನು
ಯಾರೊ ಪೊರಕೆಯಲ್ಲಿ ಗುಡಿಸಿ
ಹಾಕಿ ಎದ್ದು ಹೋಗಿದ್ದಾರೆ..
ನಗರ ಸಭೆ ಗಾಡಿ ತುಂಬ ಸುವಾಸನೆ–

ಆಟಿಕೆಯ ಗಂಟಿನಿಂದ ತಪ್ಪಿಸಿಕೊಂಡ
ಗೊಂಬೆಯೊಂದು
ಒಂಟಿತನಕ್ಕೆ ನಡುಗಿ ಬಿಕ್ಕುತ್ತಿದೆ..
ರಮಿಸುವವರಿಲ್ಲದೆ–

ತಪ್ಪಿಸಿಕೊಂಡು ಕಂಗಾಲಾಗಿದ್ದ ಕಂದನ
ಹೆಜ್ಜೆ ಗುರುತುಗಳು ಅನಾಥವಾಗಿ
ಯಾರದೊ ಪಾದಗಳನು ಹಿಂಬಾಲಿಸಿ
ಹೊರಟಿದೆ–

ಜನರ ಕಾಟದಿಂದ ತಪ್ಪಿಸಿಕೊಂಡು ಬಂದ
ದೇವರು ಗರ್ಭಗುಡಿಯಲ್ಲಿ
ಕಾಲು ಚಾಚಿ ಮೈಚೆಲ್ಲಿದ್ದಾನೆ..
ನಿರಾಳ–
ನಿರಾಭರಣ–

ಯಾವ ನಿದ್ದೆ ಮೆತ್ತಿತ್ತೊ
ಮನೆಮನೆಗಳಲಿ ಯಾಕೊ ಮಾತುಗಳಿಲ್ಲ
ಅಂಗಳದಲಿ ಬಿದ್ದ ಕಸ ಯಾರೂ
ತೊಳೆದಿಲ್ಲ–

ಯಾತ್ರೆ ಮುಗಿದ ಮಾರನೆಯ ದಿನವೂ
ಅಷ್ಟೆ,
ವಿಷಣ್ಣ ಮೌನ..

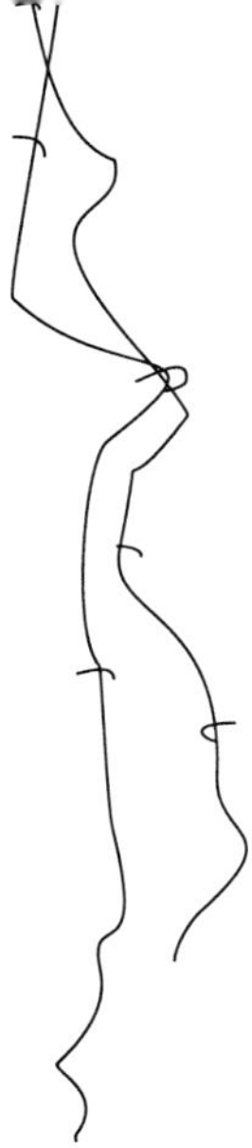

ನರಳುವಿಕೆಯಲ್ಲಿ ದೇಶದ ಹೆಸರಿಲ್ಲ..!

ಗಾಬರಿ ಬೇಡ
ನಿಮ್ಮ ಮಗ ಕಳಿಸೆಂದು ಹೇಳಿದ
ತುಸು ಸುದ್ದಿ ಇದು..

ಗುಂಡುಗಳು ಹೊಕ್ಕಾಗ
ಅವ ಅಮ್ಮಾ ಅಂದ..,
ನರಳುವಿಕೆಯಲಿ ದೇಶದ ಹೆಸರಿರಲಿಲ್ಲ..

ಎರಡು ಗುಂಡು ಹೊಕ್ಕುವು
ತುಕಡಿ ಬಿಟ್ಟು ಮುಂದೆ ಹೋಯಿತು

ಕೊಲ್ಲುವ ಅವಸರ
ಬದುಕಿಸುವುದರಲ್ಲಿರಲಿಲ್ಲ!

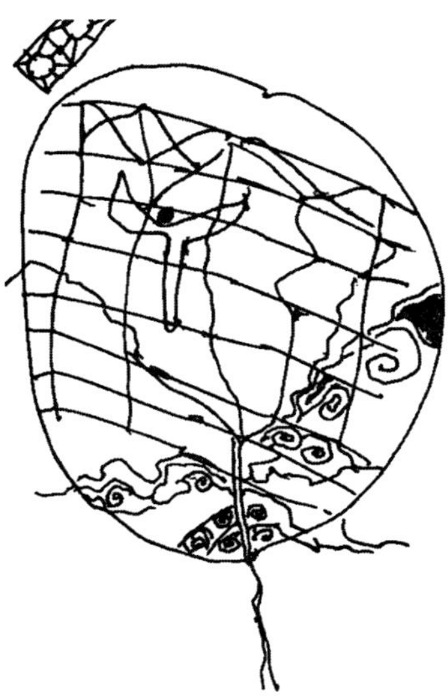

ಜೇಬಿನಲಿ ನಾವು ಗುರುತು ಪತ್ರ
ಹುಡುಕಲಿಲ್ಲ
ಮನುಷ್ಯನ ಗುರುತಿಗೆ
ಎದೆಗಿಂತ ಸಾಕ್ಷಿ ಬೇಕಿಲ್ಲ..

ಹೊಕ್ಕ ಗುಂಡು ತೆಗೆದೆವು
ಹಿತ್ತಲ ಗಿಡದ ರಸ ಹಿಂಡಿದೆವು

ಕ್ಷಮಿಸಿ,
ಕೊಲ್ಲಲು ಬಂದವನನು
ಬದುಕಿಸಿದೆವು..

ಕರೆದೊಯ್ಯಲು ನೀವೇ ಬರಬೇಕು

ರಸ್ತೆಗಳಲಿ ಹೆಣ ಬಿದ್ದಿವೆ
ಹಾಲು ತರಲು ಹೋದ ಮಗನೂ
ಕಾಡತೂಸಿಗೆ ಬರೀ ರಕ್ತವಾದ
ಹಾಲು ಮತ್ತು ರಕ್ತ
ಜೋಡಿಯಾಗಿಯೇ ಹರಿದಿವೆ..

ತಮ್ಮ ತಮ್ಮ ಮಕ್ಕಳು
ಕೊಲ್ಲುತ್ತಾ ಕೊಲ್ಲುತ್ತಾ ಸಾಯುವುದನು
ತಾಯಂದಿರೆ ನೋಡಬೇಕು!

ಮೊಲೆ ಹಾಲು ಚೀಪಿದ ತುಟಿಗಳು
ಚೂರಾಗುವುದನು
ನೀವೇ ನೋಡಬೇಕು!

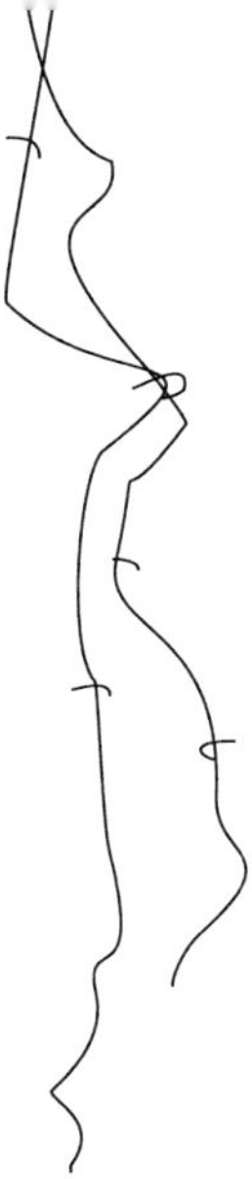

ಅಳಿಸಿಹೋದ ಸಾಲು..

ನೀನು ಎದುರಾದಾಗಲೆಲ್ಲಾ
ಲೇಖನ ಚಿಹ್ನೆಗಳ ಸಮೇತ ಓದಿಕೊಂಡೆ
ಮತ್ತು
ನಿನ್ನನ್ನು ಅನುವಾದಿಸಿಕೊಳ್ಳದೆ
ಬಿಡಲು ಇರಲಾಗಲಿಲ್ಲ..

ಅನಿಸುತ್ತಿತ್ತು ನನಗೆ
ಅಲ್ಲಲ್ಲಿ ಕೆಲವು ಸಾಲುಗಳನು
ಯಾರೊ ಅಳಿಸಿರಬಹುದೆಂದು,
ಹೊಡೆದು ಹಾಕಿ
ಕೊಂದಿರಬಹುದೆಂದು,
ಪದಗಳ ಕಾಲು ಮುರಿದು ಹಾಕಿರಬಹುದೆಂದು
ಕೊನೆಯ ಶಬ್ದಗಳು ನಿನ್ನಿಂದ
ತಪ್ಪಿಸಿಕೊಂಡಿರಬಹುದೆಂದು..

ಆದರೂ ಅಂದಾಜು ಹಿಡಿದು ಇಷ್ಟಿಷ್ಟೆ
ತರ್ಜುಮೆ ಮಾಡಿದೆ
ಅಲ್ಲಲ್ಲಿ ಸಾಲು ಖಾಲಿ ಉಳಿದ
ಶೋಚನೀಯ ಪದ್ಯ

ಎದೆಯಲಿ ಉಳಿದಿದ್ದ ಆ ಸಾಲು ಮತ್ತು
ಆ ನಾಲ್ಕು ಹನಿ ಕಣ್ಣೀರಂತೂ
ಪಟ್ಟು ಹಿಡಿದಿವೆ
ಅರ್ಥ ಬಿಟ್ಟು ಕೊಡದೆ
ನಗುವಂತೂ ಕಠಿಣ ಪದ
ಬರೆದು ಬರೆದು ಅಳಿಸಿ ಹಾಕಿದ್ದೆ ಬಂತು
ಉಹೂಂ
ಪೆನ್ನು ಕೆಳಗಿಟ್ಟೆ!

ಇಲ್ಲಿ ಯಾರಿಗೆ ಯಾರೂ ಅರ್ಥವಾಗುವುದಿಲ್ಲ
ಎಲ್ಲರೊಳಗೊಂದು ಅಳಿಸಿಹೋದ
ಸಾಲೊಂದಿರುವಾಗ..
ಯಾರ ನೋವು ಯಾರಿಗೂ ತಿಳಿಯುವುದಿಲ್ಲ
ನೋವಿಗೊಂದು ಪದವೇ
ಇಲ್ಲದಿರುವಾಗ..!

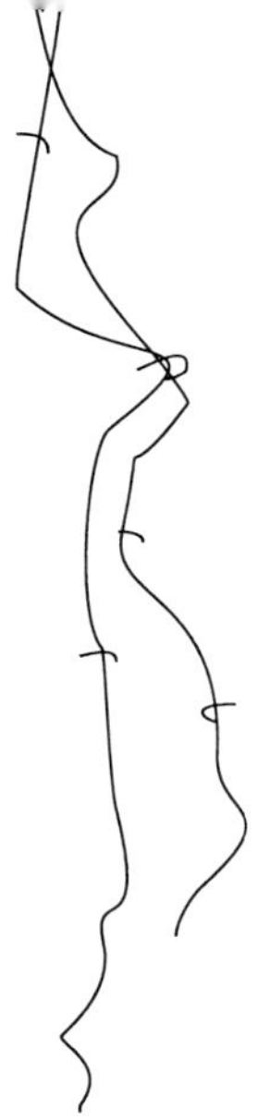

ಯಾರು, ಯಾರನ್ನು ಕಾಯಬೇಕು?

ಬಿಸಿಲು ಮಳೆಗೆ
ಬಣ್ಣಗೆಟ್ಟ
ದುರ್ಬಲ ಜಗತ್ತಿನಂತ
ಒಂದು ಹಳೇ ಕುರ್ಚಿಯ
ಮೇಲೆ ಕೂತವನನ್ನು
ಅನ್ನ ಕರುಣಿಸುವ
ನೀಲಿ ಸಮವಸ್ತ್ರವೊಂದು
ತಬ್ಬಿದೆ!

ಗೇಟಿನ ಬಾಗಿಲು ಎಳೆದು
ದಡಕ್ಕನೆ ಅದರ ಚಿಲಕ
ಹಾಕಿ
ನುಗ್ಗುವ ಗಾಳಿಯ ಮೇಲೂ
ಒಂದು ನಿಗಾವಣೆ
ಆದರೂ ಒಮ್ಮೊಮ್ಮೆ
ತೂಕಡಿಕೆ ಆಕಳಿಕೆ
ಅಕಾರಣ ಚಡಪಡಿಕೆ
ಮಾತೇ ಮರೆತಂಥ ಮೌನ
ಕಾಯುವುದೂ ಒಂದು ಧ್ಯಾನ!

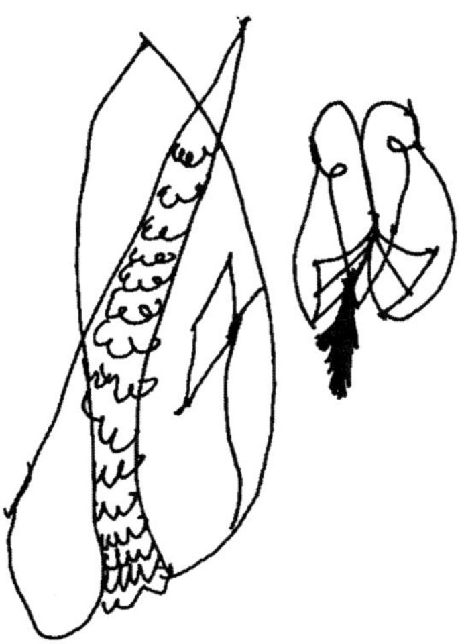

ಕಿರ್ರ್ ಕಿರ್ರ್ ಹಾರ್ನ್ ಸದ್ದಿಗೆ
ತಪಸ್ಸುಗೆಟ್ಟ ಗಲಿಬಿಲಿ
ಭಯ ಗೌರವ ಬೆಸೆದುಕೊಂಡು
ಗೇಟಿನ ಬಾಗಿಲು ಕಳಚಿದ
ಕೈಗಳು
ಹಣೆ ಮೇಲೆ ಸರಿದು
ಸೆಲ್ಯೂಟು ಹೊಡೆಯುತ್ತವೆ

ತಿಂಗಳ ಬದಿಗೆ ನೀಡುವ
ನಗುವ ಒಂದಷ್ಟು ಗಾಂಧಿ
ನೋಟಿಗೆ
ತನ್ನ ಖಾತೆಗೆಷ್ಟು ಸೆಲ್ಯೂಟುಗಳು
ಜಮೆಯಾಗುತ್ತವೆ ಎಂಬುದರ
ಅಂದಾಜಿಲ್ಲ ಅವನಿಗೆ
ಲೆಕ್ಕಾಚಾರದ ಗೊಡವೆಯಿಲ್ಲ
ಪೋಲಾಗುವ ಕಾಳಜಿಯಿಲ್ಲ
ಕೆಲಸದ ಖಾತ್ರಿಗೆ ಎಷ್ಟಾದರೂ
ಸುರಿಯಲು ಆತ ಸಿದ್ಧ..

ಅತ್ತ ಆ ಮನೆಯಲಿ
ಅವನ ಮಗುವೊಂದು
ಅರ್ಧರಾತ್ರಿಯಲಿ ಬದುಕು
ದಯಪಾಲಿಸಿದ ಕೆಟ್ಟ ಕನಸಿಗೆ
ಕನಲಿ ಪಕ್ಕದಲಿ ಕೈಚಾಚಿ
ಅಪ್ಪನನು ಹುಡುಕುತ್ತದೆ..

ಇತ್ತ ಈತ ಬದುಕಿನ ಚಕ್ರಕೆ
ತನ್ನ ನಿದ್ದೆಗಳನು ಬಲಿಕೊಟ್ಟು
ದೊಡ್ಡವರ ಕನಸುಗಳಿಗೂ
ತುಣಕೇ-ತುಣಕು ಕೆಡುಕ ಕೂಡ
ಇಣುಕದಂತೆ ಕಾವಲಿದ್ದಾನೆ..

ಯಾರು ಯಾರನ್ನು ಕಾಯಬೇಕು?
ಯಾರಗೊಡವೆ ಯಾರಿಗೆ?
ಹಣವೊಂದೆ ಉತ್ತರ!

ನೋಟಿನೊಳಗಿನ ಗಾಂಧೀ
ಯಾಕೋ
ಇನ್ನೂ ನಗು ನಿಲ್ಲಿಸಿಲ್ಲ!

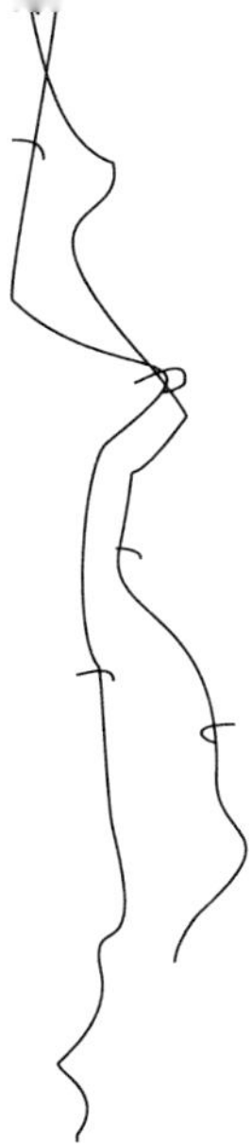

ಅವ್ವ ಹಾಕಿದ ಕಸೂತಿ

ತೇಪೆ ಹಾಕಲು
ಹೃದಯ
ಬಾಲ್ಯದಲ್ಲಿ ಹರಿದ ಚಡ್ಡಿಯಲ್ಲ

ಹೃದಯಗಳು ಹರಿದ ಮೇಲೆ
ದಯವಿಟ್ಟು
ಹೊಲಿಸಿಕೊಳ್ಳಬೇಡಿ..

ಎಲ್ಲರೂ ಅವ್ವನಂತೆ
ಮಾನಕ್ಕಾಗಿ
ಪ್ರೀತಿಗಾಗಿ ಹೊಲಿಯುವುದಿಲ್ಲ

ಹೊಲಿಯುವವರು ತಮ್ಮದೆ
ಬಂಡವಾಳ ಹೂಡುತ್ತಾರೆ

ಸಾಯುವವರೆಗೂ ಹೃದಯ
ಅವರ ಬಡ್ಡಿಗಾಗಿ ದುಡಿಯಬೇಕಿದೆ..

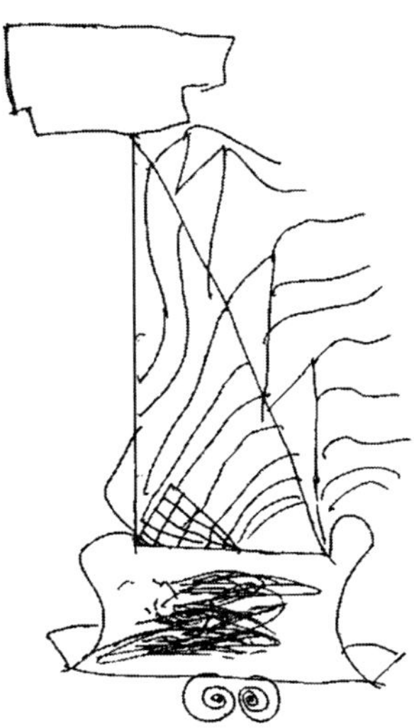

ಹರಿದ ಜಾಗದಲ್ಲಿ ಸಾಧ್ಯವಾದರೆ
ನಾವೇ ಒಂದು ಕಸೂತಿ
ಹಾಕಿಕೊಳ್ಳೋಣ

ಇರುವಷ್ಟು ದಿನ ಇರುವಷ್ಟು ಕ್ಷಣ
ಸುಮ್ಮನೆ ನಗೋಣ..

ಹೃದಯವೇ ಕೊಡುವ ಬಿಡುಗಡೆ
ಚೀಟಿ ಪಡೆದು
ಎದ್ದು ಹೋಗೋಣ..

ನೀವೇ ಹೇಳಿ
ಯಾಕೆ ಅವರ ಹಂಗು...?!

ಮತ್ಯಾವ ದೇವರಿಲ್ಲ ಸಾಬ್!

ನೀವು ನಡೆದ ಹಾದಿಯ ಹೆಜ್ಜೆ
ಅಳಿಸಲಾಗುತ್ತದೆ
ಸಾಹೇಬ್
ನೀವು ಬರೆದ ಪುಸ್ತಕದ ಒಂದೊಂದೆ
ಹಾಳೆ ಕೀಳಲಾಗುತ್ತಿದೆ.

ಸಂವಿಧಾನವನು ಅವರು ತೊಟ್ಟ
ಚಾಳೀಸಿನಿಂದಲೇ ನೋಡುತ್ತಾರೆ
ಸಾಹೇಬ್
ಸಮಬಾಳು ಸಮಪಾಲನ್ನು
ಯಾವ ಬೀದಿಯಲಿ ಹುಡುಕಲಿ..

ದೇವರ ಗುಡಿಯ ಗೋಡೆಗಳ
ಚಿತ್ತಾರ ಇನ್ನೂ ಕಂಡಿಲ್ಲ
ಸಾಹೇಬ್
ಮೇಲು ಅಂದುಕೊಂಡವರ
ಹಜಾರದಲ್ಲಿ ನಮ್ಮ ಹೆಜ್ಜೆಗಳಿಲ್ಲ

ಕೂಲಿಗೆ ಹೋಟೆಲ್ ಊಟಕೆ
ಪಯಣಕೆ ಅನಿವಾರ್ಯದ ಸಮಾನತೆ
ಸಾಹೇಬ್
ಜಾರುವ ಬದುಕನು ಎತ್ತಲು
ಕಿರು ಬೆರಳನ್ನು ಕೂಡ ನೀಡುವುದಿಲ್ಲ.

ನಮ್ಮ ಊಟಗಳನು ನೋಟಗಳನು
ಯಾರೊ ನಿರ್ಧರಿಸುತ್ತಾರೆ
ಸಾಹೇಬ್
ನಾವು ಹಾಕುವ ಬಟ್ಟೆಯೂ ಕೂಡ
ಯಾರದೊ ಮುಲಾಜಿನದು

ನಿಮ್ಮ ಹೆಸರಿನಲಿ ವೋಟುಗಳನು
ಅಧಿಕಾರವನು ಕೇಳುತ್ತಾರೆ
ಸಾಹೇಬ್
ನಿಮ್ಮ ಪೋಟೊದು ಕೆಳಗೆ
ನಿಮ್ಮ ತತ್ವಗಳಿಗೆ ತಿಲಾಂಜಲಿ ಇದೆ

ಬಾಬಾ ಸಾಹೇಬ್ ಎಂಬ ದೇವರು
ನಡೆದಾಡಿದ ಗುರುತೂ
ಉಳಿಸುವುದಿಲ್ಲ ಸಾಬ್
ನಿಮ್ಮ ಲೇಖನಿಯೊಂದಿಗೆ
ಮತ್ತೆ ಬಂದು ಬಿಡಿ,
ಮತ್ಯಾವ ದೇವರು ನಮಗಿಲ್ಲ ಸಾಬ್!

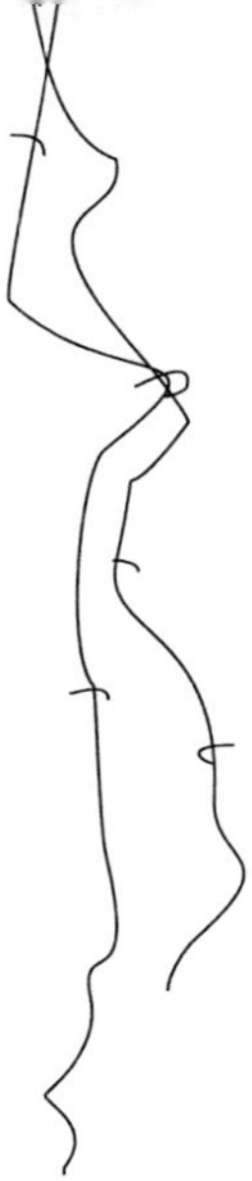

ಪಾಪದ ಗುರುತುಗಳು

ಆಸ್ಪತ್ರೆಯ ಮುಂದಿನ
ಕಸದ ಬುಟ್ಟಿಯಲ್ಲಿ
ಎಳೆಮಾಂಸದ ತುಂಡುಗಳ
ಕೊನೆಯ ಉಸಿರು

ಶಾಲೆ ಹೆಸರಿನ
ದೊಡ್ಡ ಕಟ್ಟಡಗಳಿಂದ
ಮೊಗ್ಗು ಜಗಿಯುವ
ಅಮಾನವೀಯ ಸದ್ದು

ಘಮ್ಮೆನ್ನುವ ಬಟ್ಟೆ ತೊಟ್ಟವನು
ಆಫೀಸಿನಲ್ಲೇ
ರವಿಕೆ ಮೇಲಿನ ಕಸೂತಿ ಹರಿಯುತ್ತಾನೆ
ಹಲ್ಲು ಕಚ್ಚಿದ ಸದ್ದು ಆಚೆಗೆ!

ಅಡುಗೆ ಮನೆಗೆ
ಅವಳ ಬೂದಿ ನೋಡುವ ಸಂಕಟ
ಹೊರಹೋದ ಆತನ
ಕೈಯಲ್ಲಿ ಸೀಮೆಎಣ್ಣೆ ವಾಸನೆ

ಅವಳೆಂದರೆ ಇಲ್ಲಿ
ಹೊಕ್ಕುಳ, ತುಂಬಿದೆದೆ
ಉಳಿದಿದ್ದು ಬರೀ ಮಾತಿಗೆ
ಸುಲಿದು ತಿನ್ನುವ ಮೋಸಕೆ

ಬಿಡಿ, ಸುಳ್ಳೆ ನಟಿಸಬೇಡಿ
ಆಕೆ ಪ್ರತಿ ಉಸಿರೂ ಓದಬಲ್ಲಳು
ಪಾಪದ ಭರ್ತಿಗೆ ಚಿಟಿಕೆಯಷ್ಟು ಬಾಕಿ
ನಮಗೆ ನಾಳೆಗಳಿಲ್ಲ..

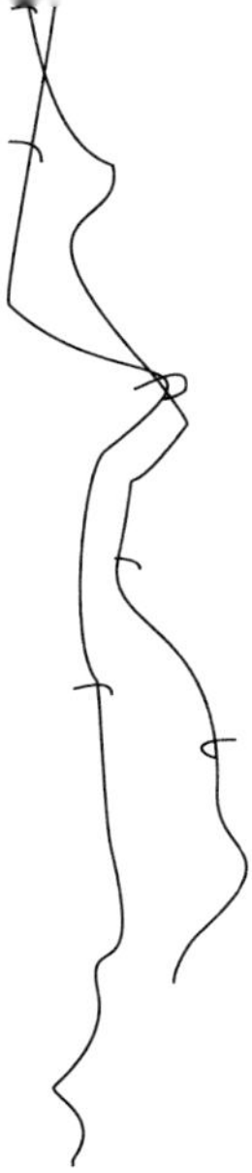

ಆ ನದಿಯು ಮತ್ತು ಈ ದಾದಿಯು..

ಎಲ್ಲಾ ತಿಳಿದ ಆ ಪ್ರಾಜ್ಞ ಮುನಿಯೇಕೆ
ನೀಡಿದ ವರಗಳನು
ಅರಿಯದ ಹಸಿ ತರುಣಿಗೆ

ಸೂರ್ಯನೇಕೆ ಓಡಿ ಬಂದ
ಬರೀ ಅವಳ ಒಂದು ಸ್ವರಕೆ
ಅವಳ ಮೈತುಂಬಲು

ಇಬ್ಬರೂ ಸೇರಿಯೇಕೆ ಹಡೆಸಿದರೀ
ಒಲ್ಲದ
ಸಂತಾನವನು ಎಳೆ ಹುಡುಗಿಯ
ಒಡಲಿಂದ..

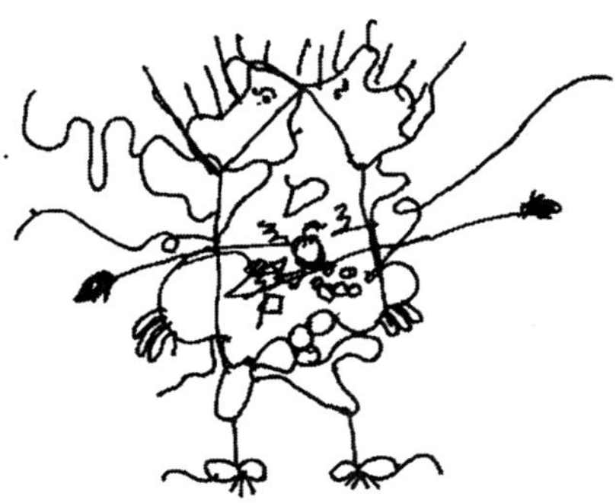

ಅವಳನ್ನು ಲೋಕ ಆಡಿಕೊಳ್ಳುತ್ತಿದೆ
ನೀವೇಕೆ ಕಟಕಟೆಯಲಿ
ಬಂದು ನಿಂತಿಲ್ಲ..

ಎಳೆಗೂಸನು ದಡ ಸೇರಿಸಿದ
ನದಿಯ ಕುರಿತು ಯಾಕೆ ಯಾರೂ
ಚರ್ಚಿಸಲಿಲ್ಲ..

ಇಲ್ಲಿ ಸರ್ಕಾರಿ ಆಸ್ಪತ್ರೆಯ ದಾದಿಯ
ಮೇಲೆ ದೂರೊಂದು ದಾಖಲಾಗಿದೆ

ಕಟಕಟೆಯಲಿ ನಿಲ್ಲಬೇಕಾದವರು
ಅಲ್ಲೆಲ್ಲೊ ಮೀಸೆ ತಿರುವುತ್ತಿದ್ದಾರೆ

ತರುಣಿಯ ಹೆಸರು ಬೀದಿ ಬೀದಿ
ಅಲೆಯುತ್ತಿದೆ

ಆ ಮುನಿ ಆ ಸೂರ್ಯ ಇಲ್ಲೆ ಎಲ್ಲೊ
ಜೀವಿಸಿದ್ದಾರೆ ಹಿಡಿದು ಶಿಕ್ಷಿಸಿ

ವರಗಳು ಇನ್ನೂ ಜೀವಿಸಿರಬಹುದು
ಎಲ್ಲಾದರೂ ಸಿಕ್ಕರೆ ಕತ್ತು ಹಿಸುಕಿ

ಕರುಣಾಮಯಿ ದಾದಿಗೊಂದು
ಬೇಲ್ ಬೇಕಿದೆ ಯಾರಾದರೂ ಸಹಕರಿಸಿ..

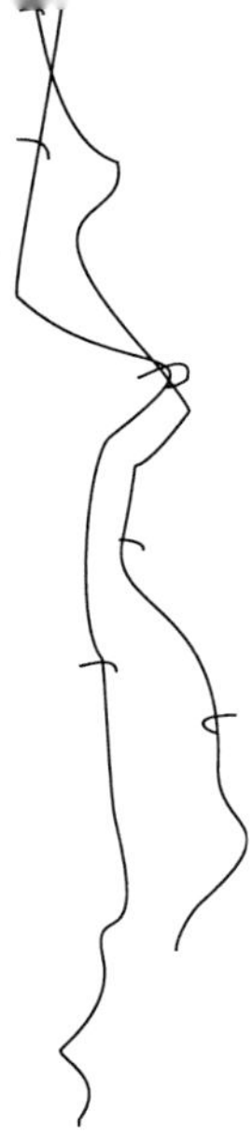

ಕೆಲವು ನತದೃಷ್ಟ ಹನಿಗಳು..

ಮಳೆ ಸುರಿಯುವಾಗ
ಕೊಡೆ ಬಿಚ್ಚಿ ನಡೆಯಲು
ಎದೆಯೊಳಗೊಂದು ಪಾಪ ಪ್ರಜ್ಞೆ,

ಕೇಳಿಸಿಕೊಂಡಿದ್ದೀನಿ
ಇಷ್ಟು ದಿನವೂ
ಕೊಡೆ ಮೇಲೆ ಬೀಳುತ್ತಿದ್ದ
ಹನಿಗಳ ಆರ್ತನಾದ;
ಮಳೆ ಹಾಡ ಕೇಳಿಸಿಕೊಂಡ
ಇದೇ ಕಿವಿಗಳಲ್ಲಿ!

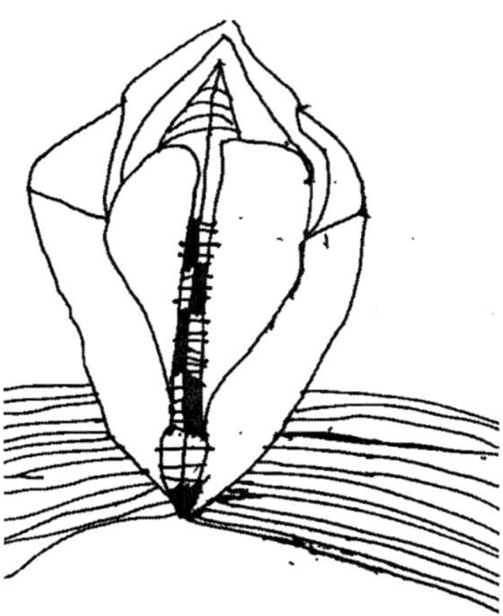

ಪ್ರತಿ ಹನಿಗಳೂ ಶಪಿಸುತ್ತವೆ
ಕೊಡೆಯ ಬಟ್ಟೆಯನು
ಮತ್ತೆ ಮತ್ತೆ ಶಪಿಸಿಕೊಂಡೆ ಬಂದಿದೆಯೇನೊ
ಕೊಡೆಗೊಂದು ಕಪ್ಪು ಬಣ್ಣ

ನನ್ನದೇ ತಪ್ಪು
ತವರು ಸೇರಲು ಹೊರಟ ಹನಿಗಳಿಗೆ
ಕೊಡೆ ತೆರೆದು ನಿಲ್ಲಿಸಿದ್ದು

ಕೊಡೆಯ ಮೈ ತುಂಬಾ ಹರಿದಾಡಿ
ಹುಡುಕಿ ಇಳಿ ಮೂಲೆಯ
ತೆವಳಿಕೊಂಡು ಹರಿದು
ನೆಲಮುಟ್ಟಿ ತನ್ನವರ ಸೇರುವ ಹೊತ್ತಿಗೆ
ಎಲ್ಲಿದ್ದಾರು ಜೊತೆಗಾರರು?

ಛತ್ರಿಯಿಂದ ಸುರಿದ ಒಂಟಿ ಹನಿಗಳೆಲ್ಲಾ
ಒಮ್ಮೆ ತಿರುಗಿ ನೋಡಿ
ಮತ್ತೆ ಮತ್ತೆ ನನ್ನನ್ನು ಶಪಿಸುತ್ತವೆ

ಆಚೆ ಮಳೆ ಸುರಿಯುತ್ತಿದೆ
ಮೂಲೆಯಲಿ ಕೂತ ಛತ್ರಿ ನಗುತ್ತಿದೆ
ಎದೆಯಲ್ಲಿದ್ದ ಪಾಪ ಪ್ರಜ್ಞೆ
ಈಗ ಕಾಲಿಗೂ ಇಳಿದಿರಬೇಕು
ಪಾದಗಳು ಮೌನ ಮೌನ!

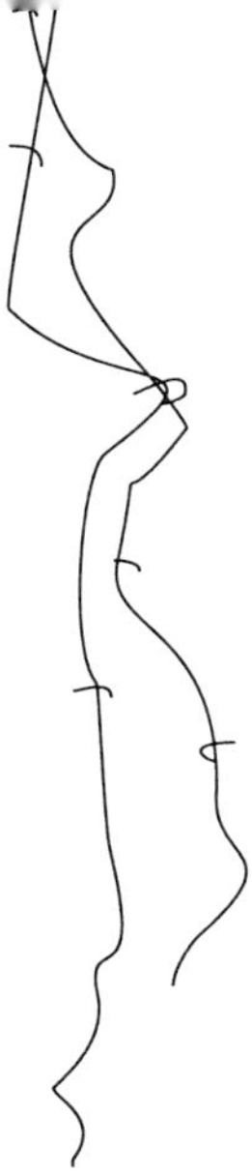

ಒಂದು ಜೊತೆ ಮೆಟ್ಟುಗಳು

ಗುಡಿಯೊಳಗೆ ಬಿಡಲಿಲ್ಲ
ಅಲ್ಲೆ ಹೊರಗೆ ಕೂತು ಅವಮಾನ ಬರೆದೆ..
ಕೈತುಂಬಾ ಕೆಲಸ ಊಟ ಇಲ್ಲ
ರಾತ್ರಿಯ ತುಂಬಾ ಹಸಿವು ಬರೆದೆ..
ಸುರಿವ ಮಳೆ ಮನೆಗೆ ಸೂರಿಲ್ಲ
ನೀರು ನಿಂತ ಮನೇಲಿ ಚಳಿ ಬರೆದೆ..
ಉಪ್ಪು ಜಿರಿಗೆ ಮೆಣಸಿಲ್ಲ
ಉಳ್ಳುವರು ಕೊಟ್ಟ ನೋವು ಬರೆದೆ..

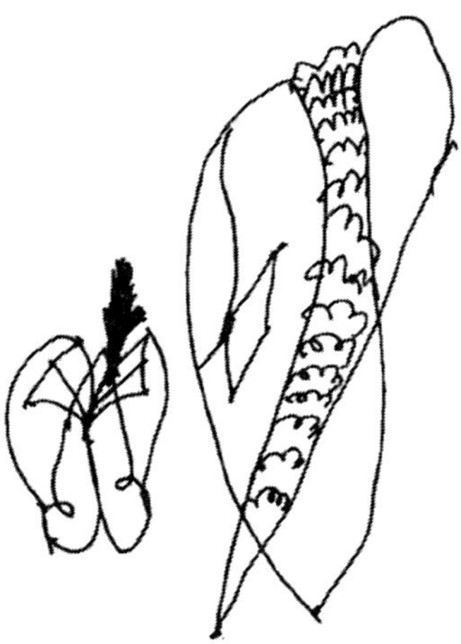

ಓದಿದವರು ಛೆ ಛೇ..
ಇದು ಸಾಹಿತ್ಯವಲ್ಲ ಎಂದು ಎಸೆದರು

ದೇಶದ ಬಗ್ಗೆ ಬರೆ ಎಂದರು
ಧರ್ಮದ ಬಗ್ಗೆ ಬರೆ ಎಂದರು
ಅವತಾರಗಳಿವೆ ಬರೆ ಎಂದರು
ಎಲ್ಲರೂ ಒಂದೆಂದು ಬರೆ ಎಂದರು

ಮರುದಿನವೆ
ಅಪ್ಪ ನನಗೆ ಎಂದೂ ಕೊಡಿಸದ
ಒಂದು ಜೊತೆ ಮೆಟ್ಟುಗಳ ಬಗ್ಗೆ ಬರೆದೆ..

ಬರೆಯುವುದು ಇಲ್ಲಿ ಸುಲಭವಿಲ್ಲ
ನನ್ನ ಕೈಗೆ ಕೋಳಬೀಳುವುದು ದೂರವಿಲ್ಲ..

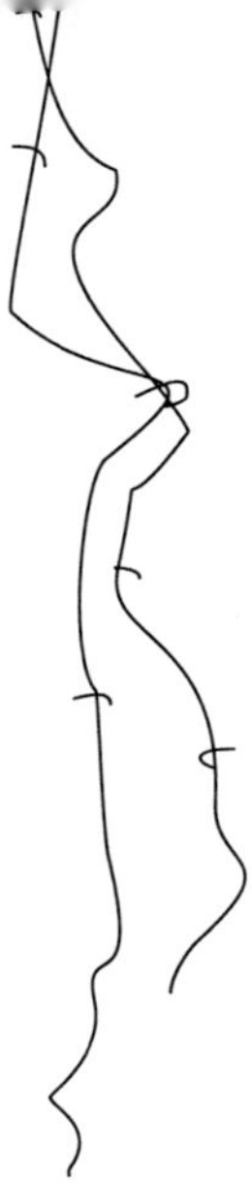

ಎತ್ತುವ ಹೆಣಕ್ಕೆ ಸಾವಿರ ನೆಂಟರು

ಗಾಳಿಗೆ ದೀಪ ಪಕ್ ಎಂದು
ನಂದಿದಂತಹ ಕತ್ತಲು; ವಿಷಾದ
ಯಾರಿಗೆ ಮೈಲಿಗೆ? ಎಲ್ಲೆಲ್ಲಿ?
ಎತ್ತುವ ಹೆಣಕ್ಕೆ ಸಾವಿರ ನೆಂಟರು

ಶವದ ಮನೆಯ ಮುಂದೆ ಸಾಲು
ಕೊಯ್ಯಿಸಿಕೊಳ್ಳಲು ಕೈಯಲ್ಲೊಂದು ಚೀಟಿ
ಹೋದ ಜೀವದ ಬಾಯಲ್ಲಿ ಪಕಪಕ ನಗು

ಒಳಗೊಳಗೆ ನಗುತ್ತವೆ
ಶವಗಾರದ ಗೋಡೆಗಳು;
ಹೊರಗೆ ಕೂತು ಅಳುವವರ ಕಂಡು.
ಕೊಯ್ಯಲು ತಂದ ಕೋಳಿ
ಸುಮ್ಮನೆ ಕಾಳು ಮುಕ್ಕುವುದಿಲ್ಲವೇ?

ವೈದ್ಯನು,
ಮಾಂಸದಂಗಡಿಯ ಏಕನು
ಇಬ್ಬರೂ ಒಂದೇ
ಮಾಂಸ, ರಕ್ತ, ಬೋಟಿ, ಕಲೀಜ
ಇವುಗಳದ್ದೇ ವಿಲೇವಾರಿ
ಒಮ್ಮೊಮ್ಮೆ ಎಲ್ಲರೂ ಕಟುಕರೆ

ಬಗೆದ ಎದೆಯೊಳಗೆ
ನೆಟ್ಟ ಗುಲಾಬಿಯ ಗಿಡ
ಗೆರೆ ದಾಟಿದ್ದಕ್ಕೆ ಮುರಿದ ಮುಳ್ಳು
ಮಗುವಿನ ಪಾದ
ದುಡ್ಡು ಹೆಸರು ಆಸೆ ಹೀಗೆ
ಏನೇನೋ ಸಿಗುತ್ತಲೇ ಇರುತ್ತವೆ
ಎಣಿಸಲು ನಿಂತ ಕೊಯ್ಯುವವನ ಕೈಗಳು
ನಡುಗುತ್ತವೆ

ಮೂರೇ ಮೂರು ಹೊಲಿಗೆ
ಮೀಟರು ಬಟ್ಟೆ
ಸುಡಲು ಒಂದು ಪಾವು ಬೆಂಕಿ
ಮುಗಿಸುವ ಅವಸರಕ್ಕೆ ಲೆಕ್ಕಗಳು ಕಡಿಮೆ

ಮನೆಗೆ ಹೊರಟವರ ಮನಸ್ಸಿನಲ್ಲಿ
ಸ್ನಾನ ಮಡಿಯ ಯೋಚನೆಗಳು
ಸತ್ತವರ ಮನೆಯಲ್ಲಿ
ದೀಪ ಉರಿಯುತ್ತದೆ
ಕತ್ತಲೆ ಕಳೆಯಿತೆಂಬ ಲೆಕ್ಕಕ್ಕೊ?
ಬದುಕಿದ್ದನ್ನುಮರೆಮಾಚುವಆತುರಕ್ಕೊ?
ಇದು ಬರೀ ಬದುಕಿರುವವರ ದುನಿಯಾ.

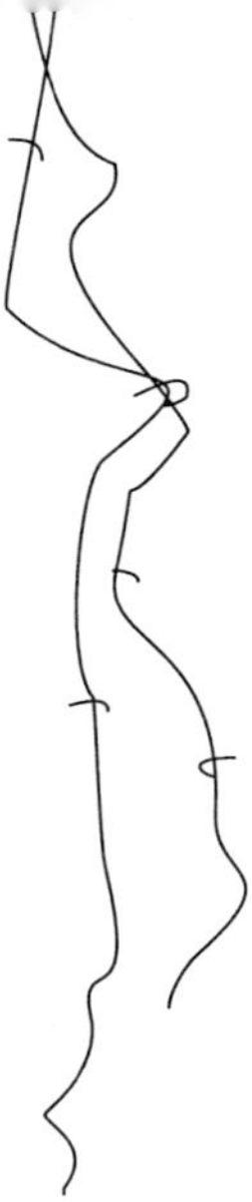

ನೆನಪುಗಳ ಹತ್ಯೆ ನಡೆದಿದೆ..

ನನ್ನದೇ ಊರಿನಲ್ಲಿ
ಹೆಜ್ಜೆ ಹಾದಿ ತಪ್ಪುತ್ತದೆ
ಡಾಂಬರು ರಸ್ತೆಗಳೆಲ್ಲಾ
ನೆನಪ ಹೂತು ಹಾಕಿದ
ಗೋರಿಗಳು

ಇನ್ನಷ್ಟು ನೆನಪುಗಳನು ಕೊಲೆ
ಮಾಡುವ ಹುನ್ನಾರ
ನಡೆದಿರಬಹುದು!
ಯಾಕೊ ಯಾವುದೂ ತಿಳಿಯುತ್ತಿಲ್ಲ
ನನ್ನ ನೆನೆಪುಗಳಿಗೆ ನಾನೇ
ನೇಣು ಹಾಕಿ ಬಿಗಿದು
ಈಗ ಅದರ ಕೊಳೆತ ವಾಸನೆಗೆ
ಮೂಗು ಮುಚ್ಚಿಕೊಂಡು
ನಡೆಯುತ್ತಿದ್ದೇನೆಯೇ?

ನನ್ನ ಮೇಲೆ ದೂರು ಕೊಡುವವರು
ಯಾರೂ ಇಲ್ಲದಿರಬಹುದು
ಊರಲ್ಲಿ,
ಅವರು ಅವರದೇ ನೆನಪುಗಳ
ಹತ್ಯೆಗೆ ತೊಡಗಿರಬಹುದು
ರಾತ್ರಿ ಪಾಳಿಯಲ್ಲಿ ಇಲ್ಲವೆ
ಮೆಟ್ರೊದ ಎಸಿಯ ನಡುವೆ

ಕೂತು ದಿಟ್ಟಿಸುತ್ತಿರುವ
ನೋಟಗಳೆಲ್ಲವೂ
ನನ್ನ ನೆನಪಿನ ಹೆಣದಮಣ್ಣಿಗೆ
ಬಂದಂತಿವೆ
ಪಾಪ, ಅವರಿಗೆ ಬೇಗ ಮಣ್ಣು ಕೊಡುವ
ಆತುರವೇನಿಲ್ಲ!

ಪ್ರತಿ ಹೆಜ್ಜೆಗೂ ಅದೆಷ್ಟು ಗೋರಿಗಳನ್ನು
ತುಳಿಯುತ್ತಿದ್ದೇನೊ ಏನೊ!,
ಊರು ಬದಲಾಗಿದೆ.
ಹೌದು, ಅದೀಗನೆನಪುಗಳ ಸ್ಮಶಾನ
ಕಾಯಲು ಕೂತವರು ಬರೀ
ಸುಕ್ಕು ಚರ್ಮದ ಮಂದಿ..
ಈಗ ಊರೆಂದರೆ ಬರೀ ಇಷ್ಟೇ!

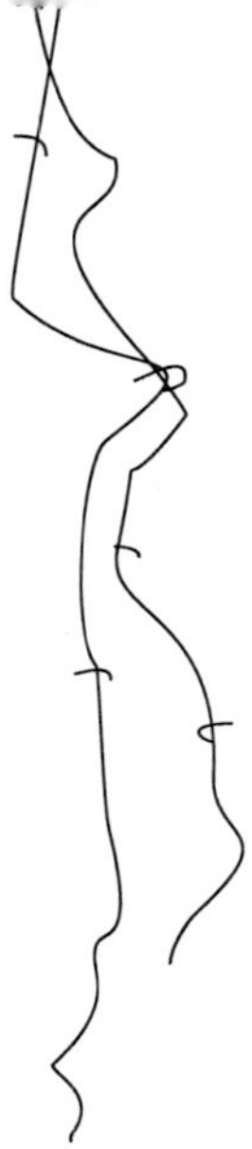

ಅಪ್ಪನ ಟವಲು

ಅಪ್ಪನ ಟವಲಿನ ಗೀರುಗಳಿಗೆ
ಬೆವರಿನದೇ ನಂಟು
ಮುಖ ಒರೆಸಿಕೊಳ್ಳುತ್ತಾನೊ!?
ಮತ್ತೆ ಮತ್ತೆ ಅದೇ
ಬೆವರಲ್ಲಿ ಮುಖ ತೊಳೆದುಕೊಳ್ಳುತ್ತಾನೊ
ತಿಳಿಯುವುದಿಲ್ಲ ಸ್ವತಃ ಅವನಿಗೂ!

ಅಪ್ಪನ ಒಳಗಿನ ಉರಿಗೆ,
ಬೆವರು ತಂಪೆರೆಯುವುದೊ?
ಎಣ್ಣೆಯಾಗೂವುದೊ?
ಉತ್ತರ ಟವಲಿಗಷ್ಟೇ ಗೊತ್ತು..

ಬೆಂದದೇಹದ ಮಾಂಸವನ್ನು ಆತ
ಟವಲಿನ ಬಲೆಯೊಳಗೆ
ಬಚ್ಚಿಟ್ಟುಕೊಳ್ಳಲು ಹೆಣಗಿದಷ್ಟೂ
ತೂತುಗಳು ಅವನಿಗೆ ಮೋಸಮಾಡುತ್ತವೆ..

ಒಡೆಯನ ಅಂಗಳದಲಿ ಅಪ್ಪ ಮತ್ತೆ ಮತ್ತೆ
ಮುದುಡುತ್ತಾನೆ
ಅಂಗೈಯಲ್ಲಿ ಹಿಡದ ಟವಲಿಗೆ
ಉಸಿರುಗಟ್ಟುತ್ತದೆ!!

ಟವಲಿನ ಗೀರು ಎಂದೊ ಸವೆದು ಹೋಗಿವೆ
ನಿಲ್ಲಲಾರದೆ ಮುರಿದುಹೋಗಿವೆ

ಅಪ್ಪನ ನರಗಳು
ಟವಲಿನ ಗೀರುಗಳೊಂದಿಗೆ
ಸ್ಪರ್ಧೆಗೆ ಬಿದ್ದಿವೆ..

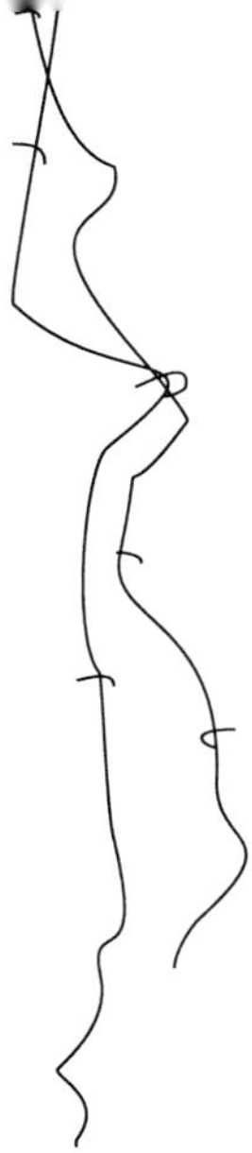

ತುಣುಕು ನಿಶ್ಯಬ್ದದ ತಲಾಷಿನಲ್ಲಿ..

ಹೌದು,
ನಿನ್ನ ಎದೆಯ ಬೀದಿಯಲಿ
ನಿತ್ಯ ಅಲೆಯುತ್ತೇನೆ
ನೀನು ಬೀಳಿಸಿಕೊಂಡು ಹೋದ
ಶಬ್ದವೊಂದು
ಇನ್ನೂ ಕುರುಹು ಕಾದಿರಿಸಿದೆ
ಆದರೆ
ನಿನ್ನ ಬೆರಳಿಗಂಟಿದ್ದ ತುಣುಕು
ನಿಶ್ಯಬ್ದಕ್ಕಾಗಿ ನಡೆಯುತ್ತಲೆ ಇದ್ದೇನೆ..

ಬಿಸಿಲಕೋಲಿನ ತಂತುಗಳನು
ಎಳೆದುಕಟ್ಟಿ
ಮೀಟಿ ಹೊಮ್ಮಿಸಿದ ದನಿಯಲ್ಲಿ
ನೋವಿನ ನೂರು ಶಬ್ದವಿದ್ದರೂ
ಜಗತ್ತು ಕಿವುಡು..

ಮೊಳೆವ ಬೀಜಕ್ಕೂ ಇದೆ
ಒಂದು ಬಿಕ್ಕಳಿಕೆ
ಚಿಗುರ ತುಳಿಸಿಕೊಂಡ ಎಳೆ
ಎಸಳಿಗೂ ಇದೆ ನೋವ
ಕನಲಿಕೆ
ಹಾದಿ ಬದಿಯಲಿ ಬಿದ್ದ ಈ ಶಬ್ದಗಳು
ಎಷ್ಟೊಂದು ಅನಾಥ..

ರಂಗೋಲಿ ಇಡುವ ಕೈಗಳ
ಹಸಿರು ಬಳೆಯ ಘಲ್‌ಘಲ್ ಶಬ್ದ
ಎರಡು ಚುಕ್ಕಿಗಳ ಮಧ್ಯೆ
ಉಳಿದ ಖಾಲಿ ಜಾಗದಲಿ
ದಾರಿತಪ್ಪಿ ನಿಂತು ಕಳವಳಿಸುತ್ತದೆ..

ಹಗಲಿಗೊಂದು ದನಿಯಿದೆ
ಇರುಳಿಗೊಂದು ನರಳಿಕೆಯಿದೆ
ಉರುಳುರುಳುವಾಗ
ಶಬ್ದಗಳು ಕಳಚಿ ಕಳಚಿ ಬಿದ್ದು
ನಡೆಯುವ ಹಾದಿಯಲ್ಲಿ ಬಿದ್ದು
ಅಂಗಾಲು ಚುಚ್ಚುತ್ತವೆ..

ಓಡಿ ಬರುವ ಅಲೆಗಳನು ಹಿಡಿದು
ನಿಲ್ಲಿಸಿ
ಗದರಿಸಿ, ಚುಪ್! ಎಂದು
ಸದ್ದು ಅಡಗಿಸಿ
ಅಲ್ಲೆಅಲ್ಲೆ ಮರಳ ಮೇಲೆ
ಎಲ್ಲಾ ಶಬ್ದಗಳನು ಒಟ್ಟಿ..
ಎಲ್ಲವನೂ ಅಲೆಗೆ ಒಪ್ಪಿಸಿ..

ಧ್ಯಾನಕೆ ಕೂತ ಕಡಲಿಗೊಂದು
ಭಿನ್ನಹ
ಅವಳ ಬೆರಳಿಗಂಟಿದ ನಿಶ್ಯಬ್ದವೊಂದನು
ದಡಕ್ಕೆ ಎಸೆದು ಬಿಡು..
ಶತಮಾನಗಳಿಂದ ಕಾದೆ ಇದ್ದೇನೆ
ಒಂದು ತುಣುಕು ನಿಶ್ಯಬ್ದಕ್ಕಾಗಿ..

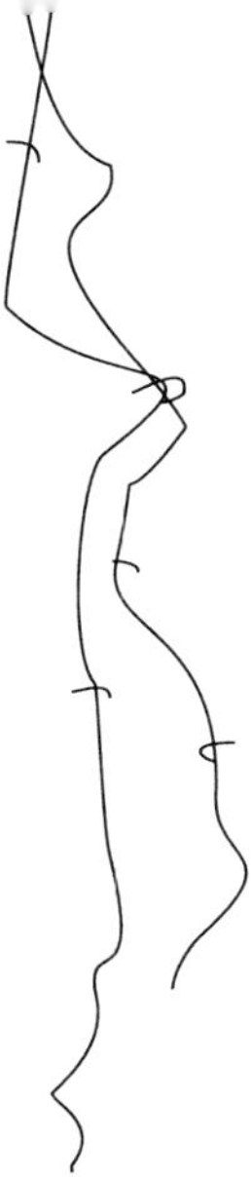

ಗಾಯ..

ಹಸಿದ ತುಟಿಗಳಲಿ
ಕಣ್ಣೀರ ಕಲೆ ಉಳಿದು
ಉಳಿದ ಒಳಮಾತನು
ಎದೆಬಾಯಿತಡೆದು

ಮುಗಿಲದೀಪ ನಂದಿ,
ಹೊದ್ದು ಮಲಗಿತು ಬದುಕು
ಯಾವಯುಗದ ಮೌನ
ಬಂದುತಬ್ಬಿತು ಇಹಕು

ಕತಲೆಯ ಕುಡಿಹೊಡೆಸಿ
ಹೊದ್ದ ಬೆಳಕನು ಸರಿಸಿ
ಹೋದದ್ದೆಲ್ಲಿ ನೀ
ನಿನ್ನದೆಜಾಡು ನೀನೆ ಅಳಿಸಿ

ಚಿಟ್ಟೆಗೊಂದುದಾರಿ
ಪರಿಮಳಕ್ಕೊಂದು ಊರು
ಒಂಟಿ ಮುಗಿಲಿಗೂ ಇದೆ
ಒಂದು ನಗುವ ತೇರು

ಹೇಗೆ ಒರೆಸಲಿ ಹೇಳು
ನಾನು ನನ್ನದೆಗಾಯ
ಹರಸುವರು ಯಾರಿಲ್ಲ
ಇಲ್ಲಿ ನಗಬೇಕು ಗೆಳೆಯ

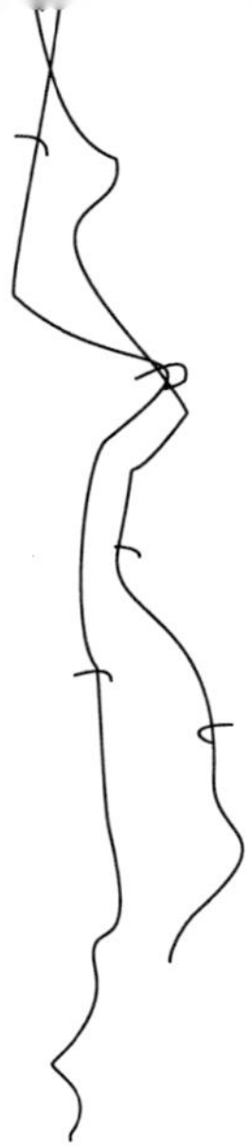

ಅವ್ವ ಹಾಡದ ಹಾಡು

ಒಲೆಮೇಲಿಟ್ಟ ಎಸರಿಗೆ ಕುದಿಯಲು
ದಿನದ ತನ್ನ ಸುಸ್ತುಗಳನು
ಉರುವಲಾಗಿ ಒಟ್ಟುತ್ತಿದ್ದಳು..
ಧಗಧಗ ಉರಿಯುವಾಗ ಅದು
ಅವ್ವನ ಕಸುವೊ
ಅವಳ ಅಜೀರ್ಣಗೊಂಡ ಸುಸ್ತೊ ನನಗೆ
ಅಂದಾಜಾಗುತ್ತಿರಲಿಲ್ಲ..

ಅದು ಅವಳ ಎದೆಯಂತಹ ಕುದಿ ಎಸರು
ಅಲ್ಲಿ ಬೇಯುತ್ತಿದ್ದದ್ದು
ನೋವು ಅವಮಾನದ ಹಸಿವಿನ ತುಣುಕಗಳು
ಕುದಿ-ಕುದಿದು
ಬೊಬ್ಬೆ ಬಂದು ಒಡೆದು ಹೋಗುತ್ತಿದ್ದವು
ಕ್ಷಣಿಕ ಬದುಕಿನಂತೆ..

ದಹಿಸುವ ಎದೆಯಲಿ
ಬದುಕು ಬೇಯಿಸಿದ ಅಡುಗೆಗೆ
ನೆಂಚಿಕೊಳ್ಳಲು
ನೆನೆ ಹಾಕಿಟ್ಟಿದ್ದ ಕನಸುಗಳನು ಒಂದೊಂದು
ಬಡಿಸುತ್ತಿದ್ದಳು...

ಕೊಳವೆ ಊದಿ ಊದಿ ಹುಟ್ಟಿದ್ದು
ಏದುಸಿರಲ್ಲ ಅದು
ಬದುಕಿನ ತೇಗು
ಹೊಗೆಯೊಂದಿಗೆ ಬಡಿದಾಡುತ್ತಿದ್ದಳು
ಥೇಟ್ ಸರೀಕರೊಂದಿಗೆ ಸೆಣಸುವಂತೆ..
ಸುಟ್ಟ ಕೈಗಳು
ಮುಖ ಮೂತಿ ಸವರಿಕೊಂಡ ಮಸಿ
ಒಲೆಯ ಝಳಕ್ಕೆ ಇಷ್ಟಿಷ್ಟೆ ಬೆಂದ
ತೊಗಲು
ಹೋರಾಟದ ಬದುಕಿಗೆ ಎಷ್ಟೊಂದು
ಕುರುಹುಗಳು..!

ಅವ್ವನ ಎದೆಯೊಳಗೊಂದು
ಬಚ್ಚಿಟ್ಟುಕೊಂಡ ಹಾಡಿತ್ತು..
ಅದನ್ನವಳು ಹಾಡುತ್ತಿರಲಿಲ್ಲ
ಸುಮ್ಮನೆ ರೊಟ್ಟಿ ಬಡಿಯುತ್ತಿದ್ದಳು
ಅದಕ್ಕೆ ಎಷ್ಟೊಂದು ಇಂಪಿತ್ತು..
ಆಗಾಗ ರೊಟ್ಟಿ ಬಡಿಬಡಿದು ಹಗುರಾಗುತ್ತಿದ್ದಳು
ಹಾಡನ್ನು ಮತ್ತೆ ಮತ್ತೆ ನುಂಗಿಕೊಂಡು..

ಮೂರು ಕಲ್ಲಿನ ಒಲೆಯ ಬಳಿ
ಕೊನೆಯ ರೊಟ್ಟಿಯನು
ಕೆಂಡದ ಕೈಗೆ ಒಪ್ಪಿಸಿ
ಕಡುಕ್ಲು ಕಡುಕ್ಲಾಗುವವರೆಗೂ
ಕಾಯುತ್ತಿದ್ದಳು ಧ್ಯಾನದಂತೆ..
ಅವ್ವನಿಗೆ ಅವ್ವ ದಕ್ಕುತ್ತಿದ್ದದ್ದು
ಅಲ್ಲೇ ಆ ಮೂರು ಕಲ್ಲಿನ
ಬಡ ಒಲೆಯ ಬಳಿಯೇ..

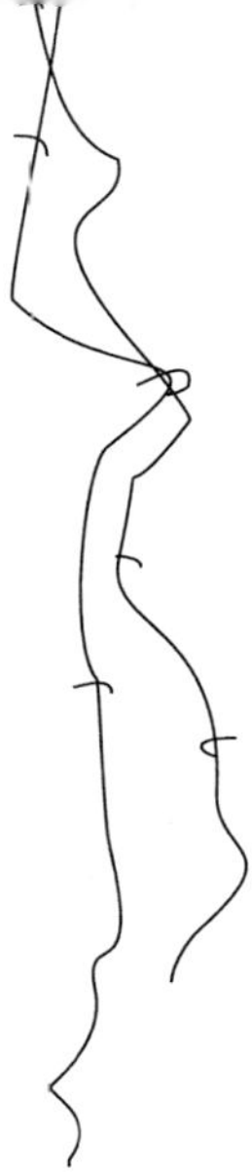

ದಯವಿಟ್ಟು ಕ್ಷಮಿಸಿ..

ನನ್ನ ಸಾಲುಗಳಲಿ ಕಂಬನಿ ಕಲೆ ಕಂಡರೆ
ದಯವಿಟ್ಟು ಕ್ಷಮಿಸಿ
ಆಸ್ಪತ್ರೆಯಲಿ ಯಾರೊ ಬಿಟ್ಟುಹೋದ
ಪದಗಳನು ಸಮಾಧಾನಿಸಿ
ಕೂಡಿಸಿ ಹೊಸೆದಿದ್ದೇನೆ

ಓದುವಾಗ ತೀರ ಸಪ್ಪೆಯೆನಿಸಿದರೆ
ದಯವಿಟ್ಟು ಪಕ್ಕಕೆ ಎತ್ತಿಡಬೇಡಿ
ಗಡಿಸಲಲಿ ಗಂಜಿ ಕುಡಿದು ಮಲಗಿದ್ದ
ಕೊಂಬು ದೀರ್ಘ ಬೆಳೆಯದ
ಅಕ್ಷರಗಳನು ಬಲವಂತಕ್ಕೆ
ಒಂದಾಗಿ ಬೆಸೆದಿದ್ದೇನೆ

ಪದಗಳ ಮಧ್ಯೆ ತುಂಬಾ ಅಂತರವಿದ್ದರೆ
ಅಪಾರ್ಥ ಹುಡುಕಬೇಡಿ
ಮಕ್ಕಳನು ನಗರಕೆ ಕಳುಹಿಸಿ
ತಾವು ಅದೇ ಮನೆಯಲಿ ಉಳಿದ
ವೃದ್ಧ ತಂದೆ ತಾಯಿಗಳಿಂದ ಅವುಗಳನು
ಕಡ ತಂದು ಕೂರಿಸಿದ್ದೇನೆ

ಸಾಲುಗಳು ಅಂಟು ಅಂಟಾಗಿದ್ದರೆ
ದಯವಿಟ್ಟು ಮುಖ ಕಿವುಚಬೇಡಿ
ರೈತನ ಎದೆಯೊಳಗೆ
ಯಾರೂ ಕೊಳ್ಳದ ಬೆವರಿನ ಸ್ವರಗಳನು
ಚೌಕಾಸಿ ಮಾಡದೆ ಕೊಂಡು
ಒಪ್ಪವಾಗಿ ಜೋಡಿಸಿದ್ದೇನೆ

ಸಾಲುಗಳು ಕೀಳರಿಮೆಯಿಂದ ನಲುಗುತ್ತಿದ್ದರೆ
ದಯವಿಟ್ಟು ಜೋರು ಮಾಡಬೇಡಿ
ಕನ್ನಡ ಶಾಲೆಯ ಎಳೆ ಪೋರರ
ಹಸಿದ ಕಣ್ಣುಗಳಿಂದ ಆಯ್ದು
ವರ್ಣಮಾಲೆಗಳಿಂದ ಹೆಣೆದು
ಚೂರೆ ಚೂರು ಧೈರ್ಯ ತುಂಬಿದ್ದೇನೆ..

ದಯವಿಟ್ಟು ಕ್ಷಮಿಸಿ
ನಿಮ್ಮ ಕಾವ್ಯಲೋಕದ ಗೆರೆಗಳನು
ನನ್ನ ಈ ಕವಿತೆ ಮುರಿದಿದ್ದರೆ
ನೀವು ಮುಲಾಜಿಲ್ಲದೆ ಕವಿತೆಯನ್ನು
ಅಮಾನತ್ತಿನಲಿಡಿ
ಮತ್ತು ನೀವು ಯಾವುದೇ ಕ್ಷಣದಲಿ
ನನ್ನ ಬಂಧಿಸಿ
ಪೆನ್ನು ಹಿಡಿಯಲಾಗದ ಕೈಗಳಿಗೆ ಕೋಳವಾದರೂ
ಶೋಭಿಸಲಿ..

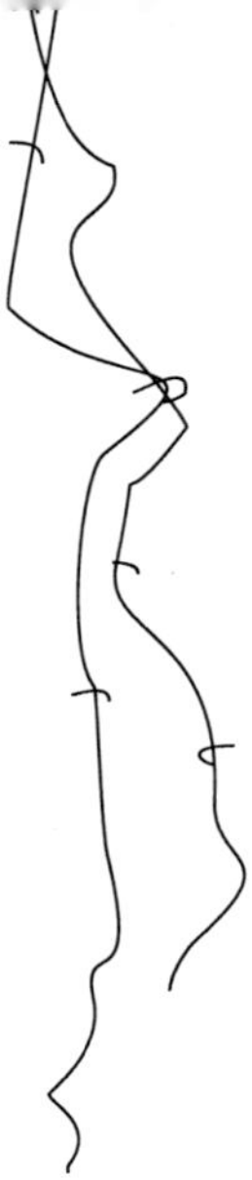

ಕವಿತೆ ಮತ್ತು ಕವಿಯ ಕೋಟು..

ನಾಳೆ ಅವನಿಗೊಂದು ಕವಿತೆ ಓದಲಿಕ್ಕಿದೆ
ಎಂತದ್ದೊ ಗಡಿಬಿಡಿ
ಇಳಿದಿದ್ದಾನೆ ರಸ್ತೆಗೆ
ಹೊಕ್ಕುತ್ತಾನೆ ಸಿಕ್ಕ ಸಿಕ್ಕ ಅಂಗಡಿಗಳಲಿ
ಅವನೊಂದು ತುರ್ತಾಗಿ
ಕೋಟು ಕೊಳ್ಳಬೇಕು..
ಕವಿ ಅಂದ ಮೇಲೆ ಇರಬಾರದೇ ಒಂದಾದರೂ?
ಎರಡೂ ಜೇಬಿರುವ
ಎದೆ ಮೇಲೆ ಗುಲಾಬಿ ಇಟ್ಟುಕೊಳ್ಳಲು
ಜಾಗವಿರುವ
ಹೆಗಲ ಮೇಲೆ ಹಾಕಿಕೊಳ್ಳುವ
ಬ್ಯಾಗಿನ ಭಾರ ಸಹಿಸುವ
ತುಸು ಬಾಳಿಕೆಯ ಕೋಟುವಿಗಾಗಿ
ಅಲೆಯುತ್ತಾನೆ..

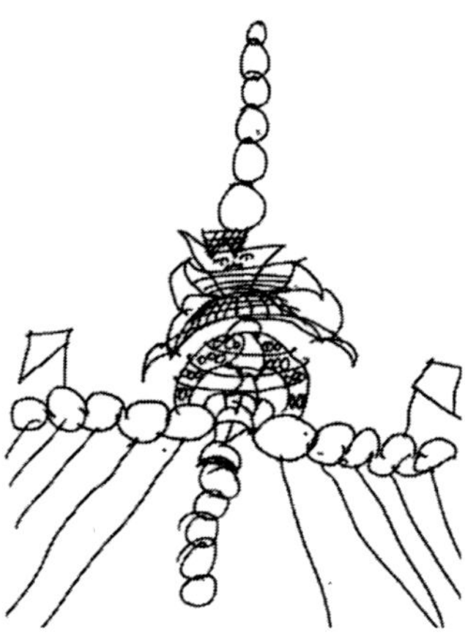

ಬಣ್ಣ ಇಷ್ಟವಾಗುತ್ತದೆ ಸೈಜು ಹೊಂದುವುದಿಲ್ಲ
ಸೈಜು ಸರಿ ಇದೆ ಬಣ್ಣ ಸೇರುತ್ತಿಲ್ಲ
ಎರಡೂ ಸರಿ ಇದೆ
ಬೆಲೆಯೇನು ಕಡಿಮೆಯಲ್ಲ

ಕೊನೆಗೆ ಮೂಲೆಯ ಅಂಗಡಿಯೊಂದರಲ್ಲಿ
ಸಿಕ್ಕಿ ಬೀಳುತ್ತದೆ ಇವನು ಹುಡುಕುತ್ತಿದ್ದ
ಕೋಟು
ಮೂರ್ನಾಲ್ಕು ಬಾರಿ ಹಾಕಿ ಹಾಕಿ
ಕನ್ನಡಿಯ ಮುಂದೆ ಹಲ್ಲು ಕಿರಿಯುತ್ತಾನೆ
ಕವಿತೆ ಓದುವ ಶೈಲಿಯಲ್ಲಿಯೇ ನಿಲ್ಲುತ್ತಾನೆ
ವಾಲುತ್ತಾನೆ ಬಾಗುತ್ತಾನೆ
ತಾಲೀಮು ಮುಗಿಸುತ್ತಾನೆ..

ಮನೆಗೆ ಬಂದು ಕೋಟಿಗೆ ಒಪ್ಪುವ
ಅಂಗಿ ಹುಡುಕಿ ಇಸ್ತ್ರಿ
ತೀಡುತ್ತಾನೆ
ಟೈ ಕಟ್ಟಬಹುದೆ?
ಅರೆ ಯಾರಾದರೂ ಟೈ ಕಟ್ಟುತ್ತಾರೆಯೆ
ಕವಿತೆ ಓದುವಾಗ?
ಕಟ್ಟಬಾರದೇಕೆ? ಪದಗಳನ್ನು ಕಟ್ಟುವವನಿಗೆ
ಟೈ ಒಂದು ಭಾರವೇ?

ಉಫ್.. ಎಲ್ಲಾ ಸಿದ್ಧ
ನಿದ್ದೆ ಎಳೆಯುತಿದೆ, ಪಾಪ ಎಷ್ಟೊಂದು
ಅಲೆದಿದ್ದಾನೆ, ಇಸ್ತ್ರಿ ತೀಡಿದ್ದಾನೆ
ಥಟ್ಟನೆ ನೆನಪಾಗುತ್ತದೆ
ಯಾವ ಕವಿತೆ ಓದುವುದು?

ಕವಿತೆ ಖಜಾನೆ ತೆರೆಯುತ್ತಾನೆ
ಒಂದೊಂದು ಕವಿತೆಯನ್ನು ಕೋಟಿನ
ಪಕ್ಕ ಇಟ್ಟು-ಇಟ್ಟು ನೋಡುತ್ತಾನೆ
ಕೋಟು ಹೊಳೆಯುತ್ತದೆ, ಕವಿತೆ ನಗುತ್ತದೆ..

ಕವಿತೆಯೇನು ಕೋಟೆ? ಬೀದಿ ತುಂಬಾ
ಸತಾಯಿಸಲು
ಬರೆದರಾಯಿತು
ದಿನಸಿ ಚೀಟಿಯ ಹಿಂದೆ ಕೂತಲ್ಲೇ ಬರೆದ
ಹತ್ತೆಂಟು ಸಾಲುಗಳ..
ಕವಿತೆ ಸುಲಭ; ಕೋಟು ಕಷ್ಟ..

ಮರುದಿನ ಗೋಷ್ಠಿಯಲ್ಲಿ ಅಧ್ಯಕ್ಷರು
ಅವನ ಕೋಟು ಮೆಚ್ಚಿದರು
ಮನೆಗೆ ಬಂದು ಕೋಟು ಎತ್ತಿಟ್ಟ
ಕವಿತೆಯನು ದಾರಿಯಲಿ ಮರೆತುಬಿಟ್ಟ..

ಈಗ ಅವನಿಗೊಂದು ಹೆಸರಿದೆ
ಬಿರುದು ಬಾವಲಿಗಳಿವೆ
ಆ ಕೋಟೂ ಇದೆ ಮತ್ತೆರಡು ಕೋಟುಗಳೂ
ಬಂದಿವೆ;
ದಾರಿಯಲ್ಲಿ ಬಿದ್ದು ಹೋದ ಅರ್ಧಜೀವದ
ಕವಿತೆ
ಯಾರದೊ ಬೆರಳು ಹಿಡಿದು
ಹೊರಟು ಹೋಗಿದೆ..

ಹೊಂದಿಸಿ ಬರೆಯಿರಿ..

ಹೊಂದಿಸಿ ಬರೆಯಲು
ಬಲ ಬದಿಗೆ ನೀಡಿದ ಪದಗಳಲ್ಲಿ
ಯಾವುದೂ ಹೊಂದುತ್ತಿಲ್ಲ
ತಪ್ಪು
ಪ್ರಶ್ನೆಯದ್ದೊ
ಉತ್ತರದ್ದೊ
ಕೊಟ್ಟವನಿಗೂ ಸ್ಪಷ್ಟವಿಲ್ಲ..

ಸಂದರ್ಭ ಸಹಿತ ವಿವರಿಸುವ
ಮುನ್ನ
ಯೋಚಿಸಬೇಕಿದೆ ಇಲ್ಲಿ
ಹೇಳಿದವರಿಗೆ ಹೇಳಿದ್ದು ತಿಳಿದಿಲ್ಲ
ಕೇಳಿಸಿಕೊಂಡವರಿಗೆ ಕೇಳಿಸಿಕೊಂಡಿದ್ದು
ನೆನಪಿಲ್ಲ
ಸಂದರ್ಭವಿದೆ; ಅದರಲ್ಲಿ ಸ್ವಾರಸ್ಯವಿಲ್ಲ!

ಇದೇನಿದು ಒಂದು ಮಾರ್ಕಿನ
ಪ್ರಶ್ನೆಗೆ ಪುಟಗಟ್ಟಲೆ ಖಾಲಿ
ಜಾಗ
ವಿವರಣೆ ಬಯಸುವ ಪ್ರಶ್ನೆಗೆ
ಒಂದು ಸಾಲಿನ ಜಾಗ..
ಯಾಕಿಲ್ಲಿ ಯಾವುದೂ ಸರಿ ಇಲ್ಲ..!?

ಬಿಟ್ಟ ಸ್ಥಳ ತುಂಬಲು ಸರಿಯಾದ
ಪದ ಹುಡುಕಬೇಕು?

ಒಂದು ಸರಿಯಾದ ಪದಕ್ಕೆ
ಇಡೀ ಬದುಕು ಸಾಲದಿರುವಾಗ
ಒಂದು ಬಿಟ್ಟ ಸ್ಥಳಕ್ಕೆ
ಪದದ ತಲಾಷು ಸುಲಭವಲ್ಲ..
ಯಾವ ಪದಗಳೂ ಇಲ್ಲೀಗ
ಸರಿಯಿಲ್ಲ;
ನಂಬುವಂತೆಯೂ ಇಲ್ಲ..

ಬರೆಯುವ ಉಸಾಬರಿ
ಬೇಡವೆಂದರೆ ಮೌಖಿಕ ಪ್ರಶ್ನೆಗಳಿವೆ
ಎದುರಿಗೆ ನಿಂತು
ಉಗುಳು ನುಂಗಬೇಕು
ಜಗತ್ತಿನ ಮುಂದೆ ಖೈದಿಯಂತೆ ನಿಂತು..
ಅಂಕವನ್ನಲ್ಲದೆ ನಮ್ಮ
ಉಸಿರನ್ನು ನಾವೇ ನುಂಗಬೇಕು..

ಪ್ರಶ್ನೆಗಳು ಅದರ ಪಾಡಿಗಿವೆ..
ಉತ್ತರಗಳೂ ಇವೆ ಅದರ ಪಾಡಿಗೆ..
ಅವುಗಳನ್ನು
ಜೋಡಿಸುತ್ತಾ ಕೂರುವುದು
ಬದುಕು
ಯಾರಿಗೂ ಪ್ರಶ್ನೆಗೊಂದು ಉತ್ತರ
ಸಿಕ್ಕಿಲ್ಲ
ಮತ್ತು ಸರಿಯಾದ ಉತ್ತರಕ್ಕೊಂದು
ಪ್ರಶ್ನೆಯೂ...!

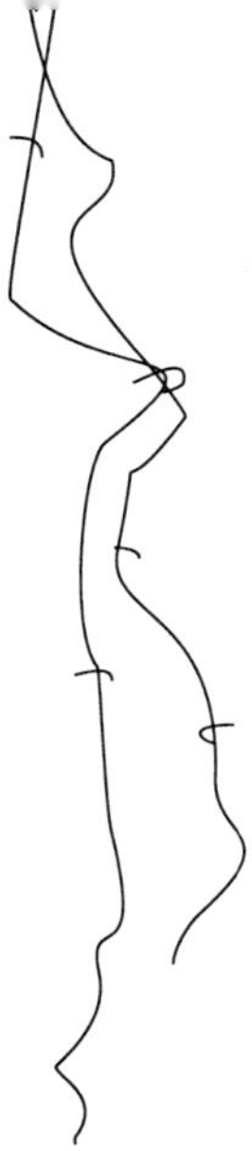

ಒಂದು ಮುರಿದ ಪದ..

ಹಾಡು ಹಾಡಲು ಮನವು ಬಯಸಿದೆ
ಯಾವ ದನಿಯಲಿ ಹಾಡಲಿ..
ಮುರಿದ ಹಾಡಲಿ ಉಸಿರು ಸಿಲುಕಿದೆ
ಯಾವ ಪದವ ಗುನುಗಲಿ.. । ಪ ।

ಯಾರೊ ಹಾಡಿದ ಹಾಡಿನ ಲಯದಲಿ
ನನ್ನ ಬದುಕು ಜೀಕಿದೆ
ನನ್ನದೆ ಹಾಡು ವಿಳಾಸ ಮರೆತು
ಬದುಕು ಬೀಳಿಸಿ ಹೊರಟಿದೆ..

ಹಸಿದ ಒಡಲಿದು ಸೋತ ಕಡಲಿದು
ಸಿಕ್ಕ ಹಾದಿಯಲಿ ನಡೆದಿದೆ
ದಿಕ್ಕು ತೋರೊ ತುಣುಕು ಹಾಡು
ಯಾರ ಬೆರಳು ಹಿಡಿದಿದೆ..

ಹಾಡುಗಳ ಕಾಡಲಿ ಭಾವಗಳ ದಂಡಲಿ
ಮನೆಯ ದಾರಿ ಮರೆತಿದೆ
ಹೂ ಹಣ್ಣು ಹಕ್ಕಿ ಚುಕ್ಕಿ ತುಣುಕು ಚಂದ್ರ
ನನ್ನ ದನಿಯ ಕದ್ದಿವೆ..

ತೂತು ಜೇಬಲಿ ಖಾಲಿ ಎದೆಯಲಿ
ಯಾವ ಹಾಡನು ಕಟ್ಟಲಿ
ಕಣ್ಣ ಹನಿಗಳೆ ಕೊರಳ ನರಗಳೆ
ಮುರಿದ ಪದವಿದೆ ಕ್ಷಮಿಸಿರಿ..

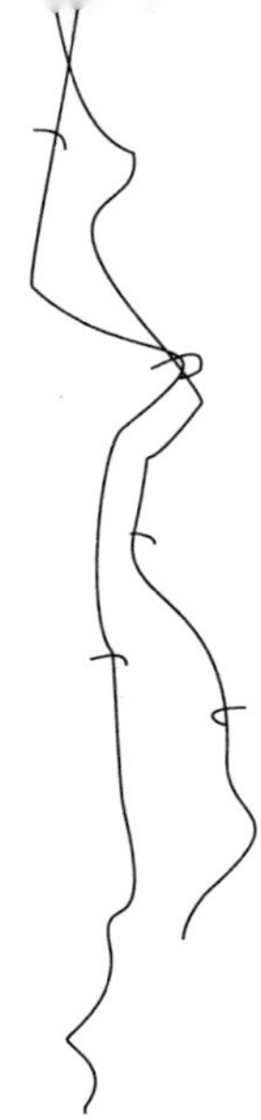

ಅಪ್ಪ ಮತ್ತು ಬಾಡು..

ಅಪ್ಪನೂ ಪುಟ್ಟ ಧ್ಯಾನ ಮಾಡುತ್ತಿದ್ದ
ಹರಕೆಗೆ ಮಲಗಿಸಿದ್ದ ಸಾಕಿದ ಕುರಿಯ
ಹಣೆಗೆ ಹಣೆ ಹಚ್ಚಿ ಕಣ್ಮುಚ್ಚಿ,
ಅದರ ಕತ್ತಿನ ಮೇಲೆ
ತೀಡಿಟ್ಟ ಕತ್ತಿ ಓಡಿಸುತ್ತಿದ್ದ..

ಅಪ್ಪ ಕೇಳಿದ ಕಥೆಗಳು ಎರಡೊ ಮೂರೊ
ಎಲ್ಲಾ ಕಥೆಗಳಲ್ಲೂ
ಇತ್ತು ತುಂಡು ಬಾಡು, ತುಸು ಭಕ್ತಿ

ಕೊಣಬಿಗೆಯಲ್ಲಿ ರಕ್ತ ಚಿಲ್ ಎನ್ನುತ್ತಿತ್ತು
ಎಂದೂ ಗೀತೆ ಮುಟ್ಟದ
ಅಪ್ಪನ ಕೈತುಂಬಾ ಬರೀ ರಕ್ತ..

ತಲೆ ಕತ್ತರಿಸಿದ ಹಸಿ ದೇಹವನು
ನೇತುಹಾಕಿ ಸರಭರ ಚರ್ಮ ಸುಲಿಯುತ್ತಿದ್ದ
ನಾನು ಕರುಳು ಬಿಡಿಸಿಕೊಂಡು
ಹರಿವ ನೀರಲ್ಲಿ ಬದುಕಿನ ಕೊಳೆ
ತೊಳೆಯುತ್ತಿದ್ದೆ..

ಅಪ್ಪ ಅಂದು ಒಂದು ಲೋಟ ಕಳ್ಳು
ಕುಡಿಯುತ್ತಿದ್ದ
ಕೈಯಲ್ಲಿ ಇನ್ನೂ ರಕ್ತ ಉಳಿದಿದೆ ಅನ್ನುವಂತೆ
ಮತ್ತೆ ಮತ್ತೆ ನೋಡಿಕೊಂಡು
ಮೂಕನಾಗುತ್ತಿದ್ದ
ಇಡೀ ರಾತ್ರಿಗೆ ಒಂದು ತುಂಡು ಬಾಡನು
ಕತ್ತಲಿಗೆ ಅದ್ದಿಕೊಂಡು ತಿಂದು
ಹರಿದ ಚಾಪೆಗೆ ಮೈಚೆಲ್ಲುತ್ತಿದ್ದ..

ಅಪ್ಪನಿಗಿದ್ದದ್ದು ಒಂದೇ ಪುಟ
ಅದರಲ್ಲಿ ಒಂದೇ ಸಾಲು
ಹೇಗೆ ಓದಿದರೂ ಅಷ್ಟೆ, ಓದದಿದ್ದರೂ ಅಷ್ಟೆ
ದುಡಿಯುತ್ತಿದ್ದ ಉಣ್ಣುತ್ತಿದ್ದ
ಬದುಕುತ್ತಿದ್ದ ಅದನ್ನೇ ಆಡುತ್ತಿದ್ದ, ಹಾಡುತ್ತಿದ್ದ..

'ಬಾಡು ತಿಂದರೆ ನೆಣ ಹೆಚ್ಚಬಹುದು
ಮಗಾ
ಮನಸು ಕೆಡುವುದಿಲ್ಲ
ಬೇಳೆ ಹೆಚ್ಚಾದರೆ ವಾಯು ಹತ್ತಬಹುದು ಮಗಾ
ಮನ ಹುತ್ತವಾಗುವುದಿಲ್ಲ..!'
ಅಪ್ಪ ಚರ್ಬಿ ಬಿಡಿಸುತ್ತಾ ಹೇಳುತ್ತಿದ್ದ
ನಾನು ಮೂಳೆ ಕತ್ತರಿಸುತ್ತಾ ಕೇಳುತ್ತಿದ್ದೆ..

ಮೊನ್ನೆ ನನ್ನ ಮಗ ಕೇಳಿದ
ಅಪ್ಪಾ ನೇತು ಹಾಕಿದ ಹಸಿ ಬಾಡನು
ನೋಡಬಾರದೆ?
ಮಗಾ, ನಾನು ನೇತು ಹಾಕಿದ ಬಾಡು
ನೋಡಿ ನೋಡಿ ಮನುಷ್ಯನಾದೆ
ಅಪ್ಪನಂತೆ
ಅಂದೆ..
ಮಗನಿಗೆ ಅರ್ಥವಾದದ್ದು
ಕೂಳಿನ ಮೇಲೆ ಷರಾ ಬರೆಯುವವರಿಗೆ
ಅರ್ಥವಾಗುವುದಿಲ್ಲ ಯಾಕೆ?

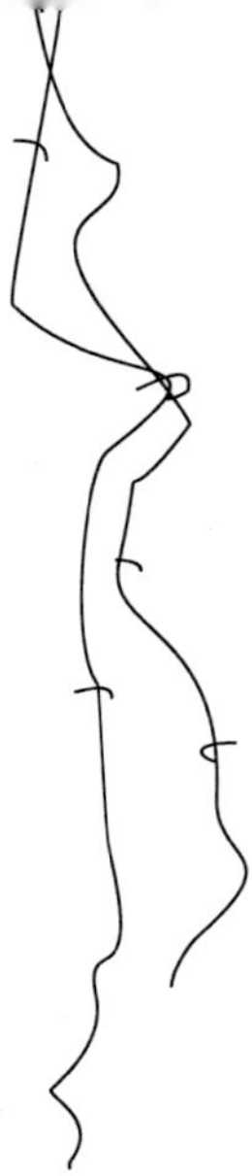

ಕಾಳಜಿ

ಮುಂಜಾನೆ ಆಕಳಿಸಿ ಮೈ ಮುರಿಯುವಾಗ
ನಿನಗೆ ತುಸು ಕಾಳಜಿ ಇರಲಿ
ರಾತ್ರಿಯಷ್ಟೇ ನಿನ್ನ ದೇಹದ ಮೇಲೆ ಬಿತ್ತಿದ
ಪ್ರಾಸಗಳು ಬಿದ್ದು ಹೋದಾವು!

ಪಾಪ ದೇಹ ಅದೆಷ್ಟು ತೊದಲುತ್ತಿತ್ತು
ಎಳೆಯ ಪೋರ ಮಗ್ಗಿ ಹೇಳುವಂತೆ
ಅಪರಿಚಿತ ತಿರುವುಗಳಲ್ಲಿ
ಯಾರಿಗೆ ತಾನೇ ಇರುವುದಿಲ್ಲ ಹೇಳು ಅಂಜಿಕೆ!

ನುಗ್ಗಿದ ಪದಗಳು ನಿನ್ನ ಎದೆಯ
ಮೇಲೊಂದು ಪದ್ಯ ಹೊಸೆದಿತ್ತು
ಅರ್ಥ ಹುಡುಕಬಾರದಿತ್ತು ನೀನು
ಸುಖಕ್ಕೆ ಅರ್ಥವಿರುವುದಿಲ್ಲ; ಬರೀ ಲಯ!

ಉಳಿದಿರಬಹುದು ಅಲ್ಲಲ್ಲಿ ಲೇಖನ
ಚಿಹ್ನೆಗಳು
ಲೋಕ ದೂರಬಹುದು ನೋಡಿ
ನಾಳೆ ನಿನ್ನನು
ಅಳಿಸಿದರೆ ಅರ್ಥ ಕೆಟ್ಟೀತು; ಬಚ್ಚಿಡು!

ಹೀಗೆ ಒಂದರ ಮೇಲೊಂದು ಸಾಲು
ನಿನ್ನ ಕಿಬ್ಬೊಟ್ಟೆಯ ಮೇಲೆ ಜಾರುವಾಗ
ಭಯಕ್ಕೆ ಸಾಲು ತಪ್ಪಬಹುದು
ಬಿಗಿಯಾಗಿ ಹಿಡಿ ಸಾಲನ್ನು; ನನ್ನನ್ನು!

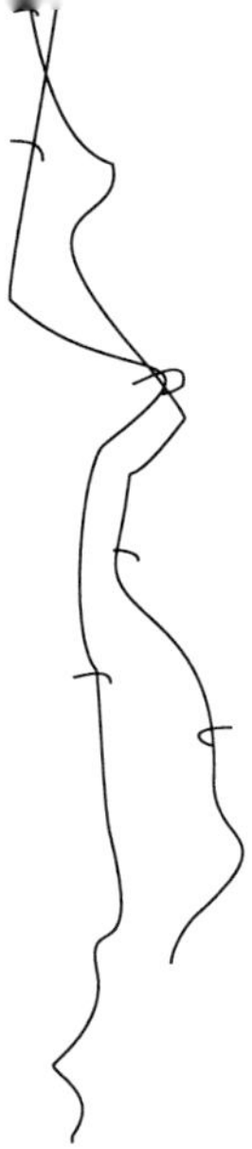

ಯಾರು ಓದುತ್ತಾರೆ ನನ್ನ ಕವಿತೆಯನು?

ನೀವೊಂದು ಕವಿತೆ ಬರೆಯಬಹುದು
ಅನ್ನುತ್ತಾಳೆ ಹುಡುಗಿ
ತಿಳಿ ತಿಳಿಯಾಗಿದ್ದೇನೆ ಗುಂಗುರು ಕೂದಲು
ಇದಕ್ಕಿಂತ ಬೇಕೆ ನಿಮ್ಮ ಕವಿತೆಗೆ
ಕೇಳುತ್ತಾಳೆ..!

ಅಲ್ಲದಿದ್ದರೆ ಬರೆಯಿರಿ
ಈ ಎಳೆಯ ಸೂರ್ಯನ ಬಗ್ಗೆ
ಧ್ಯಾನಕ್ಕೆ ಕೂತ ನದಿಯಿದೆ
ಮಾತಿಗೆ ಚಿಟ್ಟೆಯ ದಂಡಿದೆ
ಹಸಿ ಚಿಗುರು
ಬಿಸಿ ಅಪ್ಪುಗೆ ಏನೆಲ್ಲ ಇದೆ
ಬರೆಯಬಾರದೇಕೆ ಒಂದು ಪದ್ಯ
ಹಲುಬುತ್ತಾಳೆ ಈಕೆ..

ಪಾಪ ಅವಳಿಗೇನು ಗೊತ್ತು
ನನ್ನ ಪದಗಳಿಗೆ ಈ ಚೆಂದವೆಂದರೆ
ಎಷ್ಟೊಂದು ಅಸಹ್ಯವೆಂದು!

ಧೂಳಂಟಿದ ಅರಿವೆಯ ಎಳೆಯ
ಪೋರನ ಪಾಚಿಯ ಹಲ್ಲಿಗೆ,
ಮುರಿದು ಬಿದ್ದ ಗುಡಿಸಲಿನ
ಹಳೆಯ ಹುಲ್ಲಿನ ಸೂರಿಗೆ,
ಕತ್ತಲಲಿ ಕೂತು ಗೂರುವ
ಅವ್ವನ ವಾಸಿಯಾಗದ ಕೆಮ್ಮಿಗೆ
ಎದೆಯ ಪದಗಳು ಎದ್ದು ಕೂರುತ್ತವೆ..

ಮತ್ತೆ ಮತ್ತೆ ಪದಗಳು ಎಚ್ಚರಗೊಳ್ಳುತ್ತವೆ
ಬೆನ್ನಿಗಂಟಿದ ಹೊಟ್ಟೆಯ ಕಂಡು

ಗುಡಿಯೊಳಗೆ ನವಿಲಿನ ಚಿತ್ರ
ನೋಡದೆ ಶತಮಾನಗಳಿಂದ ಹೊರಗೆ
ನಿಂತವರ ಕಂಡು,
ಮುರಿದ ಎದೆಗಳ ತಮ್ಮ ನೋವನು
ತಾವೇ ಉಂಡು

ಗೊತ್ತು ಜನ ನನ್ನ ಸಾಲುಗಳ ಕಡೆ
ಕಣ್ಣು ಹಾಯಿಸುವುದಿಲ್ಲ
ಮೂಗುಮುಚ್ಚಿಕೊಂಡು ನಡೆಯುತ್ತಾರೆ..
ಗುಂಗುರ ಕೂದಲಿನ
ಹುಡುಗಿಯ ಬಗ್ಗೆ
ಯಾರದೊ ತೊಡೆಯ ಬಗ್ಗೆ
ಅವರ ತುಂಬಿದ ಎದೆಯ ಬಗ್ಗೆ
ಪದ್ಯ ಬರೆಯುವವರು ಇದ್ದಾಗ
ಯಾರು ಓದುತ್ತಾರೆ ನನ್ನನ್ನು,
ನನ್ನ ಕವಿತೆಯನ್ನು.. ?

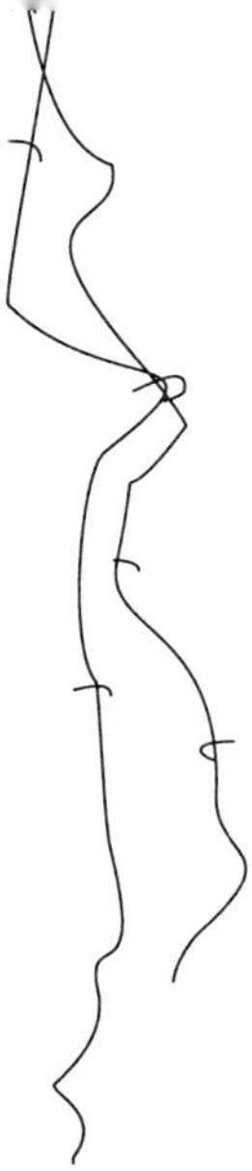

ಒಂದು ತುಂಡು ನಿಟ್ಟುಸಿರು

ಹೊರಡುವಾಗ ಜೇಬಿನಲ್ಲಿಟ್ಟುಕೊಂಡಿದ್ದ
ನನ್ನ ನಿಟ್ಟುಸಿರೊಂದು
ಈ ಗದ್ದಲದಲ್ಲೆಲ್ಲೊ
ಬಿದ್ದು ಹೋಗಿದೆ..

ಯೋಚಿಸುತ್ತೇನೆ ನಾನು ಹುಡುಕುವ
ಪರಿ
ಎಷ್ಟೊಂದು ಉಸಿರುಗಳಿವೆ ಈ
ಅರೆ ಜೀವದ ಜಗತ್ತಿನಲ್ಲಿ!
ಎಲ್ಲದರಲ್ಲೂ ಒಂದೇ ಮೊರೆತ
ಅದೇನದು..?
ಕೇಳಿಸಿಕೊಳ್ಳಲು ಬಿಡುವುದಿಲ್ಲ
ಈ ಹಾಳು ಗದ್ದಲ

ನಾನು ಕಳೆದುಕೊಂಡ ಉಸಿರು
ಯಾರ ಬೆರಳಿಡಿದುಕೊಂಡು
ನಡೆದು ಹೊಯಿತೊ
ಯಾರ ಕಣ್ಣೀರು ಕುಡಿದು
ಬದುಕುತ್ತದೊ..!?

ಹಾದಿ ಮರೆತ ಇನ್ಯಾರದೊ ತುಂಡು
ಉಸಿರೊಂದು
ಪಾಪ ಬೆನ್ನು ಹತ್ತಿದೆ..
ಹೋದಲ್ಲಿ ಬಂದಲ್ಲಿ ಬೆರಳು
ಹಿಡಿಯುತ್ತಿದೆ..

ಯಾವ ತಾಯಿಯದೊ
ಒಂಟಿ ಎದೆಯದೊ
ಕಂಗೆಟ್ಟ ಜೀವದ್ದೊ..
ದಾರಿ ತಪ್ಪಿಸಿಕೊಂಡು ಅಲೆಯುತಿದೆ..

ನಾವು ಯಾರದೊ ಉಸಿರು ಹೊಕ್ಕುತ್ತೇವೆ
ನಮ್ಮ ಉಸಿರು ಯಾರನ್ನೊ ಹೊರುತ್ತದೆ..

ಎಲ್ಲರೂ ಅಲೆಯುತ್ತಾರೆ ಹುಡುಕಿಕೊಂಡು
ಮುಗಿಯದ ಕತ್ತಲೆ ದಾರಿಯಲಿ
ತಮ್ಮ ತಮ್ಮ ಉಸಿರುಗಳನ್ನು
ಯಾರದೊ ಉಸಿರು ನುಂಗಿಕೊಂಡು

ದೂರದಲ್ಲಿ ಕಾಣುವುದು ಸುತಾರ
ತುಂಡು ಬೆಳಕಲ್ಲ
ಯಾರದೊ ನಿಟ್ಟುಸಿರು ಸುಡುತ್ತಿರುವ ಜ್ವಾಲೆ
ಪಡೆಯುತಿದೆ
ಇಲ್ಲಿಂದ ಬಿಡುಗಡೆ ಮತ್ತು ಎಲ್ಲರಿಂದಲೂ!

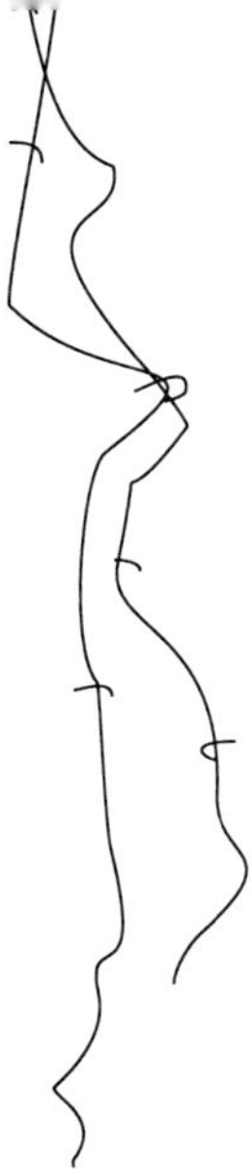

ನೀಲಿ ಫ್ರಾಕಿನ ಪೋರಿ..

ಆ ಪುಟ್ಟ ಪಾದಗಳಿಡುವ
ಕಚಗುಳಿ ಎಣಿಸುವ
ಹಾದಿ,
ಅಂಗಾಲಿನೊಳಗಿನ
ಗೀರುಗಳನು ಕಣ್ಣಿಗೊತ್ತಿಕೊಳ್ಳಲು
ಕಾದ
ಉದ್ದದ ಕಾರಿಡಾರು,
ನೀಲಿ ಬಣ್ಣದ ಫ್ರಾಕುತೊಟ್ಟ
ಆ ಪೋರಿ,
ಎತ್ತಿಕಟ್ಟಿದ ಎರಡೂ ಜಡೆಗೂ
ನಕ್ಷತ್ರ ಮುಡಿದ
ಆ ಸೊಗಸು..
ಎಲ್ಲವೂ ಗಲಗಲ!

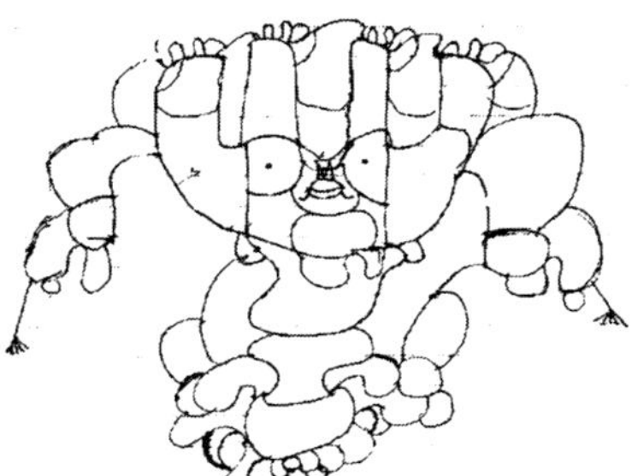

ಹಕ್ಕಿಗಳ ಸಂಗೀತದ ಕಛೇರಿಯಂತಹ
ಒಡ್ಡೋಲಗ
ಮಾತೂ ನಾದದ ಬೆನ್ನು ಹತ್ತಿದ
ಈ ಕ್ಷಣಕೆ
ನನ್ನೊಳಗೊಂದು ದಿವ್ಯ ಮೌನ

ಮೌನದೊಳಗಿನಿಂದ ಎಷ್ಟೊಂದು
ಮಾತು ಕೇಳಿಸುತ್ತಿವೆ
ಎದೆಗೆ ಬಡಿಯುತ್ತಿವೆ ಉಮ್ಮಳಿಕೆಗಳು
ಹಸಿದೊಡಲಿನಿಂದ ಚಿಮ್ಮಿದ ಉಸಿರು
ಗಾಳಿಯೊಂದಿಗೆ ಬೆರೆಯಲು
ಯೋಚಿಸುತ್ತದೆ..

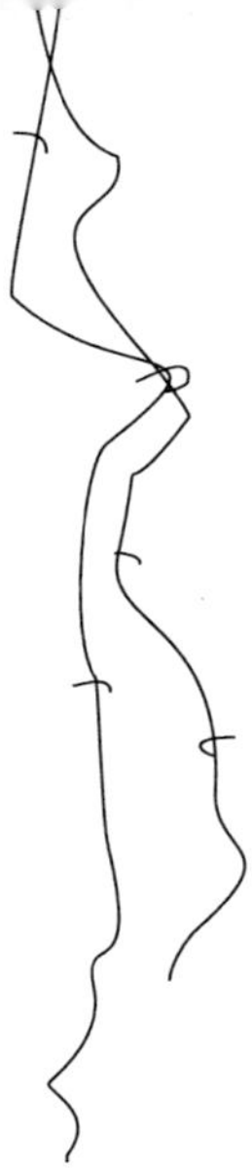

ಕವಿತೆಯ ನಾಲಿಗೆಗೆ ಮುಳ್ಳು ಚುಚ್ಚಿ

ನೀವು ಕವಿತೆಯ ಕಣ್ಣು ಕಟ್ಟಿದಿರಿ
ಉಡುವ ಬಟ್ಟೆ ಉಣ್ಣುವ ಊಟಕೂ
ಜಾತಿ ಧರ್ಮದ ಮೊಹರು ಹಾಕಿ
ಚಲಾವಣೆಗೆ ತರುವುದನು
ಖಂಡಿಸಲು ಕಾದಿದ್ದ ಕವಿತೆಗೆ ವಂಚಿಸಿದಿರಿ..

ನೀವು ನಡು ಬೀದಿಯಲ್ಲೇ
ಕವಿತೆಯ ಬಟ್ಟೆ ಬಿಚ್ಚಿಸಿದಿರಿ
ಶತಮಾನದ ಏಟುಗಳು ಮಾಡಿದ
ವ್ರಣಗಳಿಗೆ ಉಪ್ಪು ಸವರಿ
ಕವಿತೆಯ ಅಳುವಿಗೆ ನಿಮ್ಮ ನಗುವಿನ
ಕಾಣಿಕೆ ನೀಡಿ ಅವಮಾನಿಸಿದಿರಿ..

ನೀವು ಕವಿತೆಯನ್ನು ನಿಮ್ಮಿಂದ
ದೂರವಿಟ್ಟಿರಿ
ಕವಿತೆ ಸೋಕಿದ ದಿನ ನೀವು ಉಜ್ಜಿ ಉಜ್ಜಿ
ತೊಳೆದ ಮೈ ಕೆಂಪಾದದ್ದನ್ನು
ನೋಡಿ ಮಡಿಯ ನಿಟ್ಟುಸಿರು ಬಿಟ್ಟಿರಿ..

ನೀವು ಕವಿತೆಯ ಬಾಯಿ ತೆರೆದು
ನಾಲಿಗೆ ಹೊರಗೆಳೆದು ಅದಕ್ಕೆ
ಮುಳ್ಳು ಚುಚ್ಚಿದಿರಿ
ಕವಿತೆಗೆ ಮಾತಿಲ್ಲ ಅದು ಮೂಗ
ಎಂದು ಬೀದಿ ಬೀದಿಯಲಿ ಸಾರಿದಿರಿ..

ನೀವು ಕವಿತೆಯ ದಿನದಗುಲ್ಲು ಎಬ್ಬಿಸಿದಿರಿ
ಬಿಡುಗಡೆಯ ಆಸೆ ಕಾಣುವ
ಕನಸಿನಲ್ಲಿದ್ದೆ
ನೀವು ನಿಮ್ಮದೆ ಹಾಡುಗಳಿಗೆ
ಶಾಲು ಹೊದಿಸುತ್ತಿದ್ದಿರಿ

ಬೆನ್ನಿಗೆ ಮಣಭಾರದ ಬೂಟಾಟಿಕೆ
ಹೊರಿಸಿ
ಹಳದಿ ಬಸ್ಸಿಗೆ ತಳ್ಳಿ
ಕೈ ಮೂಳೆ ಮುರಿದು ಕೊಂಡವರಂತೆ
ಬೀಸುತ್ತಾ ನಿಂತವರನು;
ಬಸ್ಸಲ್ಲಿ ಬುರ್ರನೆ ಹೋದ
ತನ್ನದೇ ವಯಸ್ಸಿನವರನು
ನೋಡಿ ನೋಡಿ
ಕಣ್ಣಲಿ ರಕ್ತ ಹೆಪ್ಪುಗಟ್ಟಿದೆ..

ಕಾಲ ಕರ್ಮದ ಭಾರವು,
ಅದಕ್ಕಿಂತ ತೂಕದ
ನೋವುಗಳು
ಬ್ಯಾಗಿನ ರೂಪದಲಿ ಅವಳ
ಬೆನ್ನುಹತ್ತಿವೆ..
ತೂತು-ತೂತುಗಳೇ ಇರುವ
ಆ ಬ್ಯಾಗಿನಿಂದ ಒಂದಾದರೂ
ನೋವು,
ಶತಮಾನದ ಕರ್ಮಕಾರಿಣ್ಯ
ಜಾರಿ ಹೋಗದ್ದು
ಎಂತಹ ವಿಪರ್ಯಾಸ!?

ಎಳೆಯ ಕೈಗಳಲಿ ಪಾತ್ರೆ ತಿಕ್ಕಿದ
ಕಪ್ಪು ಬೂದಿ
ಹಾಗೆಯೇ ಇದೆ
ಸಹಸ್ರಮಾನದಿಂದಲೂ ಉಳಿದಿರುವ
ಕೊಳೆಯಂತೆ;
ಅದ ತೊಳೆಯುವ
ಒಂದು ಬೊಗಸೆಯಷ್ಟಾದರೂ
ನೀರು
ಎಲ್ಲಿಯೂ ಸಿಗಲಿಲ್ಲವೇಕೆ?

ಇಂಗ್ಲಿಷ್ ಕಂಗ್ಲಿಷ್ ರ್‍ಯಾಂಕು
ನೌಕರಿಗಳ ಪರಿವೆಇಲ್ಲದೆ
ಈ ಪೋರಿ
ಮುರುಕು ಪೆನ್ಸಿಲ್ನಲ್ಲಿ
ರ ಗ ಸ ದ ಅ ತಿದ್ದುತಿದ್ದಾಳೆ
ಹಾಡಿದ್ದಾಳೆ
'ಬಲಗೈಯಲ್ಲಿ ಗೀತೆ ಎಡಗೈಯಲ್ಲಿ ರಾಟೆ
ಇವರು ಯಾರು ಗೊತ್ತೆ?'

ಗಾಂಧೀ ನೀವು ಇರಬೇಕಿತ್ತು
ಈ ಪೋರಿಗಾದರೂ!
ಇಂತಹ ಪೋರಿಗಳಿಗಾದರೂ!

ಕಿಲ ಕಿಲ ನಗುವೊಂದು
ಮುಖದಾಚೆಯಲ್ಲೆಲ್ಲೊ
ಅವಿತುಕೊಳ್ಳುತ್ತದೆ
ಶಾಲೆಯಿಂದ ಹೊರಟ
ಹೆಜ್ಜೆಗಳು ಈಗ ಭಾರ

ನಡೆಯುವ ಈ ಪೋರಿಗೆ
ಕವಲು ದಾರಿಯೊಂದು
ಏಕೆ ಎದುರಾಗುವುದಿಲ್ಲ
ನಡೆಸಿ
ಈ ಪೋರಿಯರಿಗೆ
ಬೇರೊಂದು ಲೋಕವನು
ಏಕೆ
ತೋರಿಸುವುದಿಲ್ಲ?

ಪ್ರಶ್ನೆಯೂ ಇದೆ
ಉತ್ತರವೂ ಇದೆ..

ಆದರೆ..?

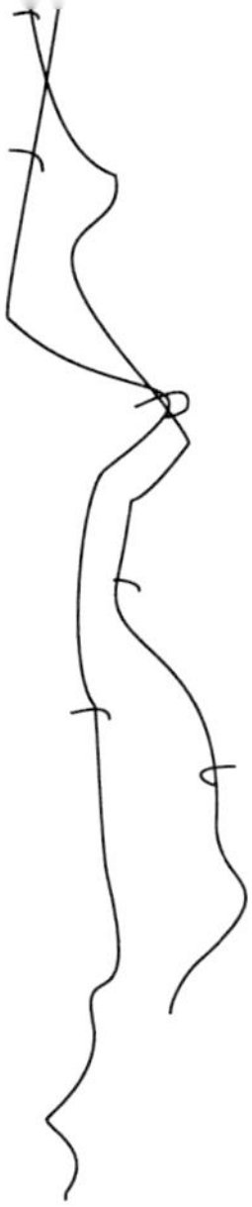

ಅ ಆ...

ಅಪ್ಪಾ, ಅ ಆ ಗೆ
ಅರಸ
ಆನೆ
ಬರೆಯಬಹುದೇ?
ಹೌದು ಮಗು ಬರೆಯಬಹುದು..
ಹೀಗೆ ಬರೆಯಲಿ ಎಂದೆ
ಹಿಂದಿನವರು ಹೋಗಿದ್ದಾರಲ್ಲ ತಲೆ ತೊಳೆದು,
ಇಟ್ಟಿದ್ದಾರಲ್ಲ ಒಂದೊಂದು
ವರ್ಣವನ್ನೂ ಚಪ್ಪಡಿಯ ಕಲ್ಲಿನಂತೆ ನಡು
ನೆತ್ತಿಯ
ಮೇಲೆ,
ಪದಗಳ ಮುಂದಿಟ್ಟುಕೊಂಡು ಕಟ್ಟಿದ್ದಾರಲ್ಲ
ಕೈಗಳನ್ನು ರೇಷ್ಮೆ ವಸ್ತ್ರಗಳಿಂದ ಕಿತ್ತ ಪುಡಿ
ದಾರಗಳಿಂದ..

ತಪ್ಪಿಸಿಕೊಳ್ಳಲು ಎಲ್ಲಿ ಬಿಟ್ಟಾರು ಮಗು..?

ಅ
ಅರಸನಿಂದ
ಆ
ಆಳುವವರ
–ಕೈಗೆ ರಿಲೆ ಓಟದಲಿ ಕೋಲು
ಬದಲಿಸುವಂತೆ ಬಂದು ತಲುಪಿದ್ದೇವೆ ಮಗು.
ಅಚ್ಚರಿ ಪಡಬೇಡ
ಅ ಎಂದರೆ ಅಧ್ಯಾತ್ಮ ಅಂತಲೇ ಬರೆಯಬೇಕು
ಎಂದಾರು ಇವರು ನಾಳೆ!

ಅ, ಆ ಗಳ ನಡುವೆ ಅಷ್ಟೆ ಅಲ್ಲ
ಅ ದಿಂದ ಳ ವರೆಗೂ ಮಧ್ಯೆ ಮಧ್ಯೆ ಇದ್ದ
ತುಂಡು ತುಂಡಾದ ಬಿಡುವು ಜಾಗದಲಿ
ಏನೆಲ್ಲಾ ಅವಿತಿತ್ತೊ..
ಏನೆಲ್ಲವನ್ನೂ ಹೂತು ಹಾಕಲಾಗಿತ್ತೊ..

ವರ್ಣಮಾಲೆಯಲಿ ಹೆಜ್ಜೆ ಹೆಜ್ಜೆಗೂ ಇವೆ
ನೂರಾರು ಕಥೆಗಳು,
ಗಂಟಲಲ್ಲೆ ಉಳಿದದ್ದು ಎಷ್ಟೊ ಹಾಡುಗಳು..

ಅಗೆಯಬೇಕು..
ಅವರ ಸಲಾಕೆಗಳಿಗೆ ನಮ್ಮ ಕಾವು
ತೊಡಿಸಿಕೊಂಡು..
ಅಡಗಿಸಿಟ್ಟ ವಿಳಾಸ ಅವರ ಸಲಾಕೆಗಳಿಗಲ್ಲದೆ
ಅನ್ಯರಿಗೆ ಸಿಕ್ಕೀತೆ?

ಅಕ್ಷರಗಳ ಮಧ್ಯದ ನಿಡಿದಾದ ಜಾಗದಲಿ
ಅಗೆದಂತೆ ಸಿಗಬಹುದು ಮಗು
ಕೊಳೆಯದೆ ಉಳಿದ ಎದೆಗೂಡಲ್ಲಿ
ಎರಡೇ ಪದಕ್ಕೆ ನಿಂತ ಬದುಕು
ಅಪ್ಪ ಅಮ್ಮನ ಮಣ್ಣುಗೆಡದ ಕನಸು
ನಮ್ಮ ಬೀದಿಯಲಿ ನಮ್ಮದೆ
ಅನಾಥ ಹೆಜ್ಜೆಗಳ ಸಮಾಧಿ..
ಗುಡಿಯ ಹೊರಗೆ ನಿಂತವರ ಅಸ್ತಿಪಂಜರ

ಇನ್ನೂ ತೋಡಿದರೆ ಸಿಗಬಹುದು
ಕೊಳೆತ ನಿಟ್ಟುಸಿರುಗಳು..
ಹಸಿದೇ ಸತ್ತ ದೇಹಗಳು..
ನಿಚ್ಚಳ ನೋವುಗಳ ಮಣ್ಣ ಉಂಡೆಗಳು..

ಕಪ್ಪು ಕಪ್ಪಾದ ಕಲ್ಲು ಚೂರುಗಳಿಗೆ ಚಿತ್ರ ಬರೆದಂತೆ
ಕೆಂಪು ಬಣ್ಣದ ಕಲೆಯಿರಬಹುದು
ರಕ್ತಕ್ಕೆ ಬೇರೆ ಬಣ್ಣವುಂಟೆ ಮಗು?

ಮಹಲುಗಳ ಎದೆಯೆತ್ತರದ ಕಾಂಪೌಂಡುಗಳ
ಒಳಗೆ
ಅರಳಿರುವ ಗುಲಾಬಿಗೆ
ಹೂತು ಹಾಕಿದ ಯಾರದೊ ಕನಸುಗಳ
ಗೊಬ್ಬರದ ಕಸುವಿರಬಹುದು

ಅನ್ನವಿಲ್ಲದ ಕಾಲದಲ್ಲಿ ಅ ಏಕೆ ಬೇಕು?
ಅ ಎಂದು ತೆರೆದ ಬಾಯಿಗೆ ಸಿಗದೆ ಎತ್ತ
ಹೋಯಿತು
ಅರ್ಧ ರೊಟ್ಟಿ..
ಅ ಅಂದರೆ ಅನ್ನ, ಅರ್ಧ ರೊಟ್ಟಿ..

ಅರಸ ಆನೆ ನಿಂತೇ ಇವೆಯಲ್ಲಾ
ಅರ್ಧ ರೊಟ್ಟಿ, ಅರೆ ತುಂಬಿದ ಹೊಟ್ಟೆಗಳ
ನೋಡಿಕೊಂಡು..

ಅಳುವ ಮಕ್ಕಳು 'ಅ' ಎನ್ನುತ್ತಲೇ ಅಳುತ್ತವೆ
ಅ ತಿದ್ದಿದ್ದು ಅಳುವಿಗೆ ಜೊತೆಯಾಗಲೆಂದೊ
ಅರ್ಧರೊಟ್ಟಿಯಾದರೂ ಸಿಕ್ಕೀತೆಂದೋ
ಖಚಿತವಿಲ್ಲ ಯಾರಿಗೂ
ಅಳುವುದು ಹಸಿದ ಹೊಟ್ಟೆಯೊ, ಅಕ್ಷರವೊ..

ಇಲ್ಲೊಂದಿಷ್ಟು ಪೋರರು ಕೂತಿದ್ದಾರೆ
ಖಾಲಿ ತಟ್ಟೆಯ ಮುಂದೆ
ಅ ಎಂದರೆ
ಅನ್ನಪೂರ್ಣೆ ಸದಾಪೂರ್ಣೆ ಶಂಕರ ಪ್ರಾಣವಲ್ಲಭೆ
ಎಂಬುದನು ಹೇಳಿಕೊಡಬೇಡಿ
ಕಣ್ಣಿನಲ್ಲಿ ಅರ್ಧರೊಟ್ಟಿ ಕಾಣಿಸುತಿದೆ
ಎದೆಯೊಳಗೆ ಅ ಆ ಗಳಿವೆ
ಈ ಎರಡನ್ನು ದಯವಿಟ್ಟು ಯಾರಾದರೂ
ಕೂಡಿಸಿಕೊಡಿ
ದಯವಿಟ್ಟು...

ವೀರಲೋಕದ ಪ್ರಕಟಣೆಗಳು

1. ಕೈ ಹಿಡಿದು ನೀ ನಡೆಸು ತಂದೆ–**ವಿಶ್ವೇಶ್ವರ ಭಟ್** **250/–**
2. ವಿಶ್ವಸುಂದರಿ–**ಕುಂ. ವೀರಭದ್ರಪ್ಪ**....................**160/–**
3. ನಿಮಗೆಷ್ಟು ಹಣ ಬೇಕು?–**ಅನಂತ ಹುದೆಂಗಜೆ**....................**250/–**
4. ಆರ್ಟ್ ಆಫ್ ಸಕ್ಸಸ್–**ರಮೇಶ್ ಅರವಿಂದ್** **120/–**
5. ಮನಿ ಮನಿ ಎಕಾನಮಿ–**ರಂಗಸ್ವಾಮಿ ಮೂಕನಹಳ್ಳಿ**....................**160/–**
6. ಇವರು ಅವರು ದೇವರು–**ಜೋಗಿ** **200/–**
7. ಲಾಸ್ಟ್ ಡೇಸ್ ಆಫ್ ಲೆಜೆಂಡ್ಸ್–**ಗಣೇಶ್ ಕಾಸರಗೋಡು**....................**225/–**
8. ಒಳ್ಳೆಯ ಬದುಕಿನ ಸೂತ್ರಗಳು–**ರವಿ ಕೃಷ್ಣಾರೆಡ್ಡಿ**....................**150/–**
9. ಸೋಲೆಂಬ ಗೆಲುವು–**ದೀಪಾ ಹಿರೇಗುತ್ತಿ** **150/–**
10. ಬೆಳ್ಳಿತೆರೆಯ ಬಂಗಾರದ ಗೆರೆ–**ಗಣೇಶ್ ಕಾಸರಗೋಡು**....................**150/–**
11. ನಟನ ಕಥೆ–ಮಂಡ್ಯ ರಮೇಶ್–**ಎನ್. ಧನಂಜಯ**....................**250/–**
12. ತ್ಯಾಗಕ್ಕಿಲ್ಲ ನೂಕುನುಗ್ಗಲು–**ಡಾ. ಗವಿಸ್ವಾಮಿ ಎನ್.** **140/–**
13. ಬದುಕೇ ಭಗವಂತ–**ಡಾ. ಡಿ.ಎಸ್. ಶ್ರೀನಿವಾಸ ಪ್ರಸಾದ್**....................**170/–**
14. ಮಾದಕ ದೊರೆ–**ಸಂತೋಷಕುಮಾರ ಮೆಹೆಂದಳೆ**....................**375/–**
15. ದ್ವೈತ–**ರಾಘವ್** **140/–**
16. ಹೃದಯದ ಮಾತು ಕೇಳಿ–**ಮಂಜುನಾಥ್ ಚಾಂದ್** **150/–**
17. ಹಿಂದಿನ ನಿಲ್ದಾಣ–**ಶುಭಶ್ರೀ ಭಟ್ಟ**....................**120/–**
18. ಪ್ರೀತ್‌ಸು–**ರಾಜೀವ ನಾರಾಯಣ ನಾಯಕ**....................**170/–**
19. ಕೃಷಿ ಯಾಕೆ ಖುಷಿ?–**ನರೇಂದ್ರ ರೈ ದೇರ್ಲ** **140/–**
20. ಕ್ಷಯ–**ಡಾ. ವಾಸುದೇವ ಶೆಟ್ಟಿ**....................**120/–**
21. ಅರ್ಧ ಬಿಸಿಲು ಅರ್ಧ ಮಳೆ...–**ಸದಾಶಿವ ಸೊರಟೂರು** **120/–**
22. ಯಾರೂ ಹೇಳದ ಕಥೆಗಳು–**(ಸಂ.) ಸುದರ್ಶನ ಚೆನ್ನಂಗಿಹಳ್ಳಿ**....................**150/–**
23. ಕಥಾ ಸಾಗರಿ–**ನಾಗವೇಣಿ ವೆಂ. ಹೆಗಡೆ ಹೆಗ್ಗರ್ಸಿಮನೆ** **120/–**
24. ಮೆಮರೀಸ್ ಆಫ್ ಬಾಸರ್–**ರಂಗಸ್ವಾಮಿ ಮೂಕನಹಳ್ಳಿ**....................**160/–**
25. ಮೇರುನಟ–**ಡಾ. ಶರಣು ಹುಲ್ಲೂರು**....................**120/–**
26. ನಾ ಸೆರೆಹಿಡಿದ ಕನ್ಯಾಸ್ತ್ರೀ–**ಶಶಿಧರ ಹಾಲಾಡಿ**....................**200/–**
27. ಟ್ರಾಯ್–**ಗಾಯಿತ್ರಿ ರಾಜ್** **200/–**
28. ಫಾರೆಸ್ಟರ್ ಪೊನ್ನಪ್ಪ–**ನೌಶಾದ್ ಜನ್ನತ್ತ್**....................**300/–**
29. ವಿಶ್ವಯಾನಕ್ಕೆ ಗಣಿತವಾಹನ–**ಎಸ್.ವಿ. ಶ್ರೀನಿವಾಸಮೂರ್ತಿ**....................**200/–**

30. ಲೆಟ್ಸ್ ಮೇಕ್ ಎ ಶಾರ್ಟ್ ಫಿಲಂ–**ಜಯರಾಮಾಚಾರಿ** **120/-**

31. ಕುಣಿಗಲ್ ಟು ಕಂದಹಾರ್–**ಮಂಜುನಾಥ್ ಕುಣಿಗಲ್**............ **260/-**

32. ಗದಾಯುದ್ಧಂ–**ಡಾ. ಎಂ.ಎ. ಜಯರಾಮ್ ರಾವ್** **350/-**

33. ಫೀನಿಕ್ಸ್–**ದೀಪಾ ಹಿರೇಗುತ್ತಿ** **120/-**

34. ಹಿಟ್ಲರ್ ಲವ್ ಪಾಲಿಟಿಕ್ಸ್–**ಸತೀಶ ಬಳೆಗಾರ** **170/-**

35. ಭಾನುಮತಿಯ ಪರಿವಾರ–**ಕುಮಾರಸ್ವಾಮಿ ತೆಕ್ಕುಂಜ**............ **140/-**

36. ನೀ ದೂರ ಹೋದಾಗ–**ಫೌಝಿಯ ಸಲೀಂ** **220/-**

37. ವ್ಯಗ್ರ ಮತ್ತು ಇತರ ಕಾದಂಬರಿಗಳು–**ಕುಮಾರ ಬೇಂದ್ರೆ**.......... **180/-**

38. ಸತ್ಯದ ಅನಾವರಣ–**ಕೆ.ಎಸ್. ರಮಾಸುಂದರಿ**...................... **100/-**

39. ಅಂತಾರಾಷ್ಟ್ರೀಯ ಕುಂಬಳಕಾಯಿ
ಮತ್ತು ಇತರ ಕಥೆಗಳು–**ಅಬ್ದುಲ್ ರಶೀದ್** **120/-**

40. ಅನಾಥ ಪ್ರೀತಿಯ ಅನುಬಂಧ
–ಬಿ. ಮಂಜುನಾಥ್ ಕಾಮತ್ ಹಾಲಾಡಿ **140/-**

41. ಹಕ್ಕಿ ಮತ್ತು ಹುಡುಗಿ (ಕವನ ಸಂಕಲನ)
–(ಸಂ.) ಪ್ರಜಾವಾಣಿ ಬಳಗ **150/-**

42. ಹಾವಿನ ಮನೆ–**ಅನು ಬೆಳ್ಳೆ (ರಾಘವೇಂದ್ರ ಬಿ. ರಾವ್)** **250/-**

43. ಈಗಲ್ಸ್ ಲೈನ್–**ರಾಜೇಶ್ ಕುಮಾರ್ ಕಲ್ಯಾ**.......................... **220/-**

44. ನಂಬಿಕೆಯೆಂಬ ಗಾಳಿಕೊಡೆ–**ಡಾ. ಪ್ರೇಮಲತ ಬಿ.** **180/-**

45. 10 ಕುಟುಂಬ 18 ಗೋತ್ರದ ಗೌಡ ಪರಂಪರೆ
–ಪುತ್ತೂರು ಅನಂತರಾಜ ಗೌಡ.. **300/-**

46. ಗಿಳಿಯು ಬಾರದೆ ಇರದು (ಕಥಾಸಂಕಲನ)
–ಪಿ.ಎಸ್. ಶ್ರೀಧರನ್ ಪಿಳ್ಳೆ (ಅನುವಾದ: ಮೇರಿ ಜೋಸೆಫ್) **85/-**

47. ಒಂದು ಆದಿಮ ಪ್ರೇಮ (ಕವನ ಸಂಕಲನ)–**ನಂದಿನಿ ಹೆದ್ದುರ್ಗ**....... **150/-**

48. ಮಣ್ಣೇ ಮೊದಲು... (ಕವನ ಸಂಕಲನ)–**ಪಾಪುಗುರು** **120/-**

49. ಬಿಂಜೆಮುಳ್ಳು (ಕವನ ಸಂಕಲನ)–**ಫಾಲ್ಗುಣ ಗೌಡ ಅಚವೆ**.......... **120/-**

51. ಗಾಯಗೊಂಡ ಸಾಲುಗಳು (ಕವನ ಸಂಕಲನ)
–ಸದಾಶಿವ ಸೊರಟೂರು **110/-**

52. ನಿನ್ನ ಧ್ಯಾನದ ನೂರೊಂದು ಹಣತೆ (ಕವನ ಸಂಕಲನ)
–ವಾಸುದೇವ ನಾಡಿಗ್.. **170/-**